ബട്ടൻസില്ലാത്ത ഷർട്ടും
നിന്നുപോയ വാച്ചും

buttansillatha shirtum ninnupoya watchum

•

george pulickan

•

first edition
december 2017

•

typesetting & published
chintha publishers, thiruvananthapuram

•

cover
vinod

•

cartoons
sujith

വിതരണം

ദേശാഭിമാനി ബുക്ക് ഹൗസ്
H O തിരുവനന്തപുരം-695 035
phone: 0471-2303026, 6063026
www.chinthapublishers.com
chinthapublishers@gmail.com

ബ്രാഞ്ചുകൾ

ഹെഡ്ഡാഫീസ് ബ്രാഞ്ച് കുന്നുകുഴി • സ്റ്റാച്യു തിരുവനന്തപുരം • കെ എസ് ആർ ടി സി ബസ് സ്റ്റേഷൻ ആലപ്പുഴ • കെ എസ് ആർ ടി സി ബസ് സ്റ്റേഷൻ എറണാകുളം • മച്ചിങ്ങൽ ലെയ്ൻ തൃശൂർ • ഐ ജി റോഡ് കോഴിക്കോട് • മാവൂർ റോഡ് കോഴിക്കോട് • എൻ ജി ഒ യൂണിയൻ ബിൽഡിങ് കണ്ണൂർ • സെൻട്രൽ ബസ് ടെർമിനൽ കോംപ്ലക്സ് താവക്കര കണ്ണൂർ

CO - 2803 / 4519
ISBN - 978-93-86637-72-7

ബട്ടൻസില്ലാത്ത ഷർട്ടും നിന്നുപോയ വാച്ചും

ജോർജ് പുളിക്കൻ

ചിന്ത പബ്ലിഷേഴ്സ്
തിരുവനന്തപുരം-695 035

ജോർജ് പുളിക്കൻ

ആലപ്പുഴ ജില്ലയിലെ ചേർത്തലയിൽ പി ടി വർക്കിയുടെയും കൊച്ചുത്രേസ്യയുടെയും മകനായി 1965 ഒക്ടോബർ 26 ന് ജനിച്ചു. ചേർത്തല ടൗൺ എൽ പി സ്കൂൾ, ഗവൺമെന്റ് ബോയ്സ് ഹൈസ്കൂൾ, പാവറട്ടി സെന്റ് ജോസഫ്സ് ഹൈസ്കൂൾ എന്നിവിടങ്ങളിൽ സ്കൂൾ വിദ്യാഭ്യാസം. ചേർത്തല എസ് എൻ കോളേജ്, തേവര എസ് എച്ച് കോളേജ്, കോട്ടയം സി എം എസ് കോളേജ് എന്നിവിടങ്ങളിൽ കോളേജ് വിദ്യാഭ്യാസം. കേരളാ മീഡിയഅക്കാദമിയിൽനിന്ന് ജേണലിസത്തിൽ ബിരുദാനന്തര ഡിപ്ലോമ. 1992 ജൂൺ ഒന്നിന് *മാതൃഭൂമി* ദിനപത്രത്തിൽ പത്രപ്രവർത്തകനായി. *ജയ്ഹിന്ദ്* ടി വി, *മനോരമ ന്യൂസ്, ഇന്ത്യാവിഷൻ, മാതൃഭൂമി* ന്യൂസ് എന്നീ ചാനലുകളിൽ പ്രവർത്തിച്ചു. ഇന്ത്യാവിഷനിൽ *പൊളിട്രിക്സ്, മാതൃഭൂമി*യിൽ ധിംതരികിട തോം എന്നീ വിമർശഹാസ്യ പരിപാടികളുടെയും *ഏഷ്യാനെറ്റ് ന്യൂസ്* ഓൺലൈനിൽ മലയാളത്തിലെ ആദ്യത്തെ വെബ് എക്സ്ക്ലൂസീവ് പ്രതിദിനപരിപാടിയായ 'അങ്ങനെയാണ് ഇങ്ങനെയായത്' എന്നിവയുടെയും അവതാരകനായിരുന്നു. ഇപ്പോൾ ഏഷ്യാനെറ്റ് ന്യൂസ് ചാനലിലെ ചിത്രം വിചിത്രം അവതരിപ്പിക്കുന്നു. *പ്രസംഗകല, വിറതാണ്ടിക്കു ചുറ്റും, തോറ്റ ചരിത്രം കേട്ടിട്ടില്ല* എന്നീ പുസ്തകങ്ങൾ രചിച്ചിട്ടുണ്ട്. തൊടുപുഴ മുട്ടം ഒട്ടക്കൽ എബ്രഹാമിന്റെയും കൊച്ചുത്രേസ്യയുടെയും മകളായ അഡ്വക്കേറ്റ് സിമിലിയാണ് ഭാര്യ. അങ്കമാലി ഫിസാറ്റ് എഞ്ചിനീയറിങ് കോളേജ് വിദ്യാർത്ഥി ശ്യാം ജി പുളിക്കൻ, മദ്രാസ് ക്രിസ്റ്റ്യൻ കോളേജിലെ ബിരുദ വിദ്യാർത്ഥിനി ശാലിനി ജോർജ് എന്നിവർ മക്കളാണ്.

വിലാസം : പുളിക്കൻ
സി എം സി 27/135,
ചേർത്തല പി.ഒ
ആലപ്പുഴ ജില്ല - 688524
ഫോൺ : 8547898841

ഉള്ളടക്കം

പ്രസാധകക്കുറിപ്പ്

കേരളരാഷ്ട്രീയത്തിലെ നർമ്മമധുരമായ ചില സംഭവങ്ങൾ വരച്ചിടുകയാണ് ജോർജ്ജ് പുളിക്കൻ *ബട്ടൻസില്ലാത്ത ഷർട്ടും നിന്നുപോയ വാച്ചും* എന്ന ഈ പുസ്തകത്തിൽ. ഇതിൽ പരാമർശിക്കപ്പെട്ടിരിക്കുന്ന നേതാക്കളുടെ ആത്മഭാവത്തിന്റെ ഒരു നേർചിത്രവും കൂടെയാവും ഈ കുറിപ്പുകൾ. നമ്മുടെ സാമൂഹ്യ-രാഷ്ട്രീയ മണ്ഡലത്തിൽ നന്മ വിതറിയ ചിലർ ജീവിച്ചിരുന്നു എന്ന ഓർമ്മപ്പെടുത്തൽകൂടിയാണ് ഇത്. വൻതോതിൽ സ്വീകരിക്കപ്പെടും എന്ന ഉറപ്പോടെ ഞങ്ങൾ *ബട്ടൻസില്ലാത്ത ഷർട്ടും നിന്നുപോയ വാച്ചും* കാലമേറെ കടന്നുപോയ ഈ ദശാസന്ധിയിൽ പുറത്തിറക്കുന്നു.

സമർപ്പണം

ഞങ്ങളുടെ കുടുംബത്തെ ഇമ്പമുള്ളതാക്കാനായി
സ്വന്തം ഇഷ്ടങ്ങൾപോലും സന്തോഷത്തോടെ വേണ്ടെന്നുവെച്ച
ഞങ്ങളുടെയെല്ലാം ഗീതമ്മച്ചിയായ ചേട്ടത്തി ഗീതാ ജോസഫിന്.

നന്ദി

കേരളത്തിന്റെ ചരിത്രം തിരുത്തിയ ആദ്യ കമ്യൂണിസ്റ്റ് സർക്കാർ മുതൽ കഴിഞ്ഞ അറുപത് വർഷമായി കേരള രാഷ്ട്രീയം കണ്ടതും കേട്ടതുമായ വേറിട്ട സംഭവങ്ങളും റെക്കോഡ് സൃഷ്ടിച്ച നേതാക്കളുടെ ജീവിതവുമാണ് ഈ പുസ്തകത്തിന്റെ കാതൽ. ഇതൊന്നും എന്റെ കണ്ടെത്തലുകളല്ലെന്ന് ആദ്യമേ പറയട്ടെ. മാധ്യമപ്രവർത്തകന്റെ വഴിയിൽ വായിച്ച വസ്തുതകളും ജ്യേഷ്ഠ സഹോദരങ്ങളും സഹപ്രവർത്തകരുമായ പത്രപ്രവർത്തകരിൽ നിന്നു കേട്ട കഥകളും കാര്യങ്ങളും ചേർത്തിണക്കിയതാണീ പുസ്തകം. ഇതിൽ ഏതാനും കുറിപ്പുകൾ ഏഷ്യാനെറ്റ് ന്യൂസ് ഓൺലൈനിലെ 'അങ്ങനെയാണ് ഇങ്ങനെയാണ്' എന്ന പ്രതിദിന പരിപാടിയിൽ വന്നവയാണ്.

ഏഷ്യാനെറ്റ് ന്യൂസ് ഓൺലൈൻ എഡിറ്റർ എബി തരകൻ, വരുൺ രമേഷ്, പി ടി മിൽട്ടൺ, വിപിൻ ഗോപിനാഥ്, ബിസ്മി ദാസ് എന്നിവർക്കും ഇത് പ്രസിദ്ധീകരിക്കാൻ തയ്യാറായ ചിന്ത പബ്ലിഷേഴ്സിനും ഒരു പൂവ് ചോദിച്ചപ്പോൾ പൂന്തോട്ടം സമ്മാനിച്ച മറ്റ് സുഹൃത്തുക്കൾക്കും നന്ദി നിറഞ്ഞ ചിരിപ്പൂക്കൾ സമ്മാനിക്കുന്നു.

ജോർജ് പുളിക്കൻ

ചിഹ്നത്തിന്റെ പേരിൽ ചിന്നംവിളി

കേരളസംസ്ഥാനത്തിന്റെ ചിഹ്നം ഏതാകണം എന്നതിനെക്കുറിച്ച് ആദ്യ നിയമസഭയിൽ നടന്ന ചർച്ച ആദ്യന്തം രസംകൊള്ളിക്കുന്നതായിരുന്നു. നിയമസഭയിലെ ഓരോ അംഗത്തിന്റെയും ഭാവന ചിറകുവിടർത്തിയ സന്ദർഭം. എ പി ഉദയഭാനു, കെ ബാലകൃഷ്ണൻ, എം പി അബ്ദുൽ മജീദ് തുടങ്ങിയവരുൾപ്പെട്ട ഒരു വിദഗ്ദ്ധസമിതിയാണ് ചിഹ്നം ശുപാർശ ചെയ്തത്. അത് ഇ എം എസ് സർക്കാർ അംഗീകരിക്കുകയായിരുന്നു.

എന്നാൽ ചിഹ്നം മാറ്റണമെന്ന പ്രമേയവുമായി പ്രതിപക്ഷം രംഗത്തെത്തി. കോൺഗ്രസിലെ കെ കെ വിശ്വനാഥനായിരുന്നു പ്രമേയ അവതാരകൻ. ചിഹ്നം സുൽത്താന്റെ തൊപ്പിപോലെയിരിക്കുന്നു എന്നു കണ്ടെത്തിയ അദ്ദേഹം ഇങ്ങനെ തുടർന്നു - അതിനകത്ത് വരച്ചുവെച്ചിരിക്കുന്നത് ആനയും തെങ്ങും. രണ്ട് തെങ്ങ് വരച്ചുവെച്ചിട്ടുണ്ട്. രണ്ടും കായ് ഇല്ലാത്ത തെങ്ങുകൾ. കൊന്നത്തെങ്ങുകളാണവ. ആ തെങ്ങുകളുടെ മുക്കാൽഭാഗം പൊക്കം ആനയ്ക്ക്. തെങ്ങിന്റെ ഓലയുടെ മുകളിൽ അശോകസ്തംഭം. ന്റുപ്പുപ്പാക്കൊരാനേണ്ടാർന്നു എന്നതുപോലെയാണ് രാജാക്കന്മാരുടെ ചിഹ്നത്തിലുണ്ടായിരുന്ന ആനയെ വരച്ചുവെച്ചിരിക്കുന്നത്. ഒടുവിൽ അദ്ദേഹം പറഞ്ഞു - ഈ ചിഹ്നം മാറ്റാതെ തരമില്ല.

അടുത്ത ഊഴം പി എസ് പി അംഗമായിരുന്ന ജോസഫ് ചാഴിക്കാടന്റേതായിരുന്നു. അദ്ദേഹത്തിന്റെ നിർദ്ദേശങ്ങളോരോന്നും സഭയിൽ ചിരിപടർത്തി - മലയാളം എന്നാണ് കേരളത്തിന് പറയുക. ചിഹ്നത്തിന്റെ ബാക്ക്ഗ്രൗണ്ടിൽ സഹ്യാദ്രി ഉയർത്തിക്കാണിക്കണം. മല പിന്നെയാളം. അത് കാണിക്കാൻ ആഴി വരച്ചുവെക്കണം. നിശ്ചയമായും തെ

ങ്ങ് ഉണ്ടായിരിക്കണം. തെങ്ങുമാത്രം പോരാ, കുലയും കായും വേണം. തെങ്ങിൽ കായോടുകൂടിയ രണ്ടുമൂന്നു കുലകൾ വേണം. ചെത്താവുന്ന രണ്ട് കുലകൾ പ്രത്യേകം വേണം. പിന്നെ ഒരു കാര്യം, കേരളം പരശുരാമൻ മഴുവെറിഞ്ഞുണ്ടാക്കിയെന്നാണ് ഐതിഹ്യം. അതുകൊണ്ട് ചിഹ്നത്തിൽ ഒരു കോടാലി കൂടി വേണം. ആനയ്ക്ക് തീറ്റ വെട്ടിക്കൊടുക്കാനും കോടാലി വേണമല്ലോ. ആനയുടെ കാലിന്റെ ചുവട്ടിൽ വേണം കോടാലി വെക്കാൻ. ഹിന്ദുക്കൾക്ക് വേണ്ടി ചിഹ്നത്തിൽ ഒരു ശംഖ് വേണം. അതിനു പുറത്തായി ഒരമ്പിളി അമ്മാവൻ. ചെറിയൊരു നക്ഷത്രവും. ഇത്രയുമായാൽ മുസ്ലീങ്ങൾക്ക് തൃപ്തിയാകും. ഒരു കൊച്ചു

കുരിശുകൂടി വെക്കണം. അത് തെങ്ങിന്റെ പുറകിലായിരിക്കണം. തെങ്ങ് ഉള്ളതുകൊണ്ട് ഈഴവരും ശംഖുള്ളതുകൊണ്ട് ഹിന്ദുക്കളും രക്ഷപ്പെടും. പ്രസംഗത്തിനിടയ്ക്ക് പലരുടെയും ഇടപെടലുകളുണ്ടായെങ്കിലും ചാഴിക്കാടൻ ഒന്നിനും വഴങ്ങിയില്ല. അദ്ദേഹം തുടർന്നു - വേണമെങ്കിൽ ഒരു അരിവാൾ വെക്കാം. ഇവിടെ ഉടനീളം കൊയ്ത്തുണ്ട്. രണ്ടു കാശ് കൂടി വെച്ചാൽ കൊള്ളാമായിരുന്നു. കോൺഗ്രസിന്റെ അടയാളമായി. അപ്പോൾ ഒരു കലപ്പ - പി എസ് പിയുടെ ചിഹ്നം.

ഇത്രയുമായ സ്ഥിതിക്ക്, കൃഷിക്കു ശല്യം ചെയ്യുന്ന ചെറിയ പ്രാണി (ചാഴി) യുടെ ചിത്രം കൂടി വരച്ചുവെക്കരുതോ എന്നായി എം എം കല്യാണകൃഷ്ണൻനായരുടെ സംശയം. ക്ഷീരമുള്ളോരകിടിൻ ചുവട്ടിലും ചോരതന്നെ കൊതുകിന് കൗതുകം എന്നായിരുന്നു അതിന് ചാഴിക്കാടന്റെ മറുപടി. നല്ല കാര്യങ്ങൾ പറയുമ്പോൾ രാജ്യത്തെ ദ്രോഹിക്കാൻ വല്ലതുമുണ്ടോ വരയ്ക്കാൻ എന്നാണ് ആലോചന.

ആക്ഷേപങ്ങൾക്കെല്ലാം മറുപടി പറഞ്ഞത് മന്ത്രി ടി വി തോമസായിരുന്നു - കലാവിദഗ്ദ്ധനായ കെ കെ വിശ്വനാഥനും കലാകോവിദനായ ചാഴിക്കാടനും പറഞ്ഞ അഭിപ്രായങ്ങൾ എന്നു പറഞ്ഞ് ഒന്നു തോണ്ടിക്കൊണ്ടായിരുന്നു ടി വിയുടെ തുടക്കം. ഒരു പഴഞ്ചൊല്ലുണ്ട്. ഇഷ്ടമില്ലാത്തമില്ലാത്ത അച്ചി തൊട്ടതെല്ലാം കുറ്റം, അതാണിനിക്കിപ്പോൾ ഓർമ്മ വരുന്നത്. ഈ ചിഹ്നം തന്നെ വേണമെന്ന് ഗവണ്മെന്റിന് നിർബ്ബന്ധമില്ല. വിവിധ രാഷ്ട്രീയകക്ഷികളുടെ പ്രതിനിധികളും കലാകാരന്മാരും അടങ്ങിയ കമ്മിറ്റി എഴുന്നൂറിൽപ്പരം മാതൃകകൾ പരിശോധിച്ചശേഷം തിരഞ്ഞെടുത്ത ചിഹ്നമാണ് എല്ലാവരുടെയും വികാരങ്ങൾ മാനിച്ച് സർക്കാർ അംഗീകരിച്ചത്. തെങ്ങിൽ തേങ്ങയില്ലെന്നു പറഞ്ഞവർ തേങ്ങയുണ്ടായിരുന്നെങ്കിൽ തേങ്ങയിൽ വെള്ളം കാണുന്നില്ലെന്ന് പറഞ്ഞേനെ.

മന്ത്രിയുടെ മറുപടിക്കുശേഷം ചിഹ്നം മാറ്റണമെന്ന കെ കെ വിശ്വനാഥന്റെ പ്രമേയം നാലപ്തിനെതിരെ അറുപത്തിനാല് വോട്ടുകളോടെ സഭ തള്ളിക്കളഞ്ഞു. അങ്ങനെയാണ് കേരളത്തിന്റെ ചിഹ്നം ഇങ്ങനെയായത്.

അതിരിൽനിന്നും എതിരില്ലാതെ

കേരളത്തിലല്ല, ഇന്ത്യൻ രാഷ്ട്രീയത്തിൽത്തന്നെ ഇനി ഒരിക്കലും സംഭവിക്കാനിടയില്ലാത്ത അത്യപൂർവ്വ ചരിത്രം സൃഷ്ടിച്ച ആളാണ് എം ഉമേഷ് റാവു. തിരഞ്ഞെടുപ്പിൽ സീറ്റ് കിട്ടാത്തതിന്റെ പേരിൽ കലാപം സൃഷ്ടിക്കുന്ന നാട്ടിൽ എതിരില്ലാതെ തിരഞ്ഞെടുക്കപ്പെട്ടു എന്നതാണ് ഉമേഷ് റാവുവിനെ വേറിട്ടു നിർത്തുന്നത്. 1957 ലെ ആദ്യ തിരഞ്ഞെടുപ്പിൽ കേരളത്തിന്റെ വടക്കേ അതിർത്തിയായ മഞ്ചേശ്വരത്തുനിന്നാണ് ഉമേഷ് റാവു നിയമസഭയിലെത്തിയത്.

കാസർകോട് നെയ്ത്ത് തൊഴിലാളിസംഘത്തിന്റെ സ്ഥാപകനും അഭിഭാഷകനുമായിരുന്ന ഉമേഷ് റാവു കർണ്ണാടക രാഷ്ട്രസമിതി എന്ന പാർട്ടിയുടെ പ്രതിനിധിയായാണ് നിയമസഭയിലേക്ക് മത്സരിച്ചത്. ഒരിക്കൽ മാത്രം നിയമസഭയിലെത്തിയ അദ്ദേഹം പിന്നീട് മത്സരിച്ചില്ല. 1960 ൽ നടന്ന തിരഞ്ഞെടുപ്പിൽ ഉമേഷ് റാവുവിന്റെ പാർട്ടിയിലെ കെ മഹാബല പണ്ഡാരിക്കായിരുന്നു വിജയമെങ്കിലും അദ്ദേഹത്തിനെതിരായി സി പി ഐയിലെ കാമപ്പ മാസ്റ്റർ മത്സരിച്ചിരുന്നു.

ഉമേഷ് റാവുവിന്റെ പേരിൽ മറ്റൊരു ചരിത്രം കൂടിയുണ്ട്. കേരള നിയമസഭയിൽ അവതരിപ്പിച്ച സ്വകാര്യബില്ലുകളിൽ ഒരെണ്ണമാണ് ഇതേവരെ പാസായിട്ടുള്ളത്. അത് അവതരിപ്പിച്ചത് ഉമേഷ് റാവുവാണ്. അത് പാസാകാൻ ഒരു കാരണമുണ്ട്. എം എൽ എമാരുടെ ശമ്പളം വർദ്ധിപ്പിക്കണം എന്നതായിരുന്നു അതിലെ ഉള്ളടക്കം.

തന്തയ്ക്കു പിറന്ന നായർ

ആയിരത്തിത്തൊള്ളായിരത്തി അൻപത്തിയേഴിലെ ആദ്യ തിരഞ്ഞെടുപ്പിൽ പത്തനംതിട്ടയിൽ തോപ്പിൽ ഭാസിയായിരുന്നു സി പി ഐ സ്ഥാനാർത്ഥി. പാർട്ടിക്ക് ഒരു ബ്രാഞ്ച് കമ്മിറ്റി പോലും ഇല്ലാത്ത സ്ഥലമാണ് അന്ന് പത്തനംതിട്ട. വോട്ടമാരിൽ ബഹുഭൂരിപക്ഷവും ക്രിസ്ത്യാനികൾ. ബാക്കിയുള്ളതിൽ വലിയ ശതമാനം കരയോഗക്കാരായ നായന്മാരും. തിരഞ്ഞെടുപ്പിൽ തോറ്റാലും പാർട്ടി വളർത്താനാകും എന്നതായിരുന്നു അന്ന് പാർട്ടി സംസ്ഥാന സെക്രട്ടറിയായിരുന്ന എം എൻ ഗോവിന്ദൻനായരുടെ കണക്കുകൂട്ടൽ. പാർലമെന്ററി രാഷ്ട്രീയത്തിലേക്കില്ലെന്ന് വ്രതമെടുത്തു നടന്ന തോപ്പിൽഭാസിയെ തോല്ക്കുന്ന സീറ്റിൽ നിന്നാൽ എന്താണ് കുഴപ്പം എന്നു ചോദിച്ചാണ് എം എൻ മത്സരിക്കാൻ പ്രേരിപ്പിച്ചത്.

തോപ്പിൽ ഭാസി മണ്ഡലത്തിൽ ചെന്നിറങ്ങിയപ്പോൾ സ്വീകരിക്കാൻ ഏതാനും തൊഴിലാളികൾ മാത്രം. ഇടതനായ ഭാസിക്ക് തിരഞ്ഞെടുപ്പു കമ്മിറ്റി ഓഫീസിനായി ഒരു വാടകമുറിപോലും ആരും കൊടുത്തില്ല. ഒടുവിൽ തന്റേടിയായ ഒരു ക്രിസ്ത്യാനി സ്ത്രീ തന്റെ വഴിയോര ചായക്കടയിൽ ആടിനെ കെട്ടിയിരുന്ന ഒരു ചായ്പ് ഓഫീസിനായി നല്കി. കോൺഗ്രസ് സ്ഥാനാർത്ഥി ക്രിസ്ത്യാനിയായ എൻ ജി ചാക്കോയായിരുന്നു. പേരു നോക്കി നായരാണെന്നുറപ്പാക്കി വോട്ടു ചെയ്യണമെന്ന് മന്നത്തു പത്മനാഭൻ ഫത്വവ പുറപ്പെടുവിച്ചിരുന്ന തിരഞ്ഞെടുപ്പായിരുന്നു അത്. അതുകൊണ്ടുതന്നെ കരയോഗം കൂടുമ്പോൾ അവിടെ വന്ന് വോട്ട് അഭ്യർത്ഥിക്കണമെന്ന് പല നായർ പ്രമാണിമാരും ഭാസിയോട് പറഞ്ഞെങ്കിലും അദ്ദേഹം അതിനൊന്നും മെനക്കെട്ടില്ല.

അതിനിടയിൽ മന്നത്തുപത്മനാഭൻ ഒരുദിവസം പത്തനംതിട്ടയിലെത്തി. അദ്ദേഹത്തെ വന്നു കാണണമെന്ന് സമുദായക്കാർ പലരും

ഭാസിയോട് ആവശ്യപ്പെട്ടു. താൻ ഈ ചായക്കടയുടെ ചായ്പിൽ അഞ്ചുമണിവരെ കാണുമെന്നും മന്നത്തിനു വേണമെങ്കിൽ തന്നെ വന്നു കാണാമെന്നുമായിരുന്നു ഇതിനുള്ള ഭാസിയുടെ മറുപടി. പ്രമാണിമാർ ചെന്ന് ഒന്നിന് പത്തായി മന്നത്തിനു മുന്നിൽ ഏഷണി കൂട്ടി. പത്തനംതിട്ടയിൽ ഒരു ക്രിസ്ത്യാനി ജയിച്ചാലും വേണ്ടില്ല, ഭാസിയെ തോല്പിച്ചേ മതിയാകൂ. അത്രയ്ക്ക് ധിക്കാരിയാണവൻ. മന്നത്തിനു വേണെങ്കിൽ ഞാനിരിക്കുന്നിടത്തു വരട്ടെ, എന്നാണവൻ പറഞ്ഞതെന്ന് പ്രമാണിമാർ മന്നത്തെ അറിയിച്ചു.

ഇതൊന്നുംകേട്ട് മന്നത്തു പദ്മനാഭൻ ചൊടിച്ചില്ല. അദ്ദേഹം അക്ഷോഭ്യനായി പറഞ്ഞു - അങ്ങനെയാണെങ്കിൽ എന്തു വിലകൊടുത്തും അവനെ ജയിപ്പിക്കണം. അവനാണ് തന്തയ്ക്കു പിറന്ന നായർ. ഒടുവിൽ തോപ്പിൽ ഭാസി 7648 വോട്ടിന് അട്ടിമറി വിജയം നേടുകയും ചെയ്തു.

റോസമ്മയുടെ ഇരട്ടി മധുരം

റോസമ്മ പുന്നൂസ് കേരള രാഷ്ട്രീയത്തിലെ സുഗന്ധം പരത്തുന്ന റോസാപുഷ്പമാണ്. 1957 ലെ ആദ്യനിയമസഭയിൽ ദേവികുളത്ത് നിന്നു ജയിച്ചുവന്ന റോസമ്മ പുന്നൂസായിരുന്നു സംസ്ഥാന നിയമസഭയിലെ ആദ്യ പ്രോടേം സ്പീക്കർ. അതുകൊണ്ടുതന്നെ കേരളത്തിലെ ആദ്യ എം എൽ എ എന്ന റെക്കോഡ് റോസമ്മ പുന്നൂസിനുള്ളതാണ്. പ്രോടേം സ്പീക്കറാണ് രാജ്ഭവനിൽ പോയി ഗവർണറുടെ മുമ്പാകെ സത്യപ്രതിജ്ഞ ചെയ്യുന്ന ആദ്യ എം എൽ എ. അതോടെയാണ് മറ്റ് അംഗങ്ങളെ സത്യപ്രതിജ്ഞ ചെയ്യിക്കാനുള്ള അധികാരം അവർക്ക് ലഭിക്കുന്നത്.

കേരളത്തിൽ ആദ്യ ഉപതിരഞ്ഞെടുപ്പിൽ മത്സരിച്ചു ജയിച്ചു എന്ന ബഹുമതിയും റോസമ്മ പുന്നൂസിനു സ്വന്തമാണ്. ദേവികുളം അന്ന് ഒരു ജനറൽ സീറ്റും ഒരു സംവരണ സീറ്റും ഉൾപ്പെടുന്ന ദ്വയാംഗ മണ്ഡലമായിരുന്നു. ജനറൽ സീറ്റിൽ റോസമ്മ പുന്നൂസും സംവരണ സീറ്റിൽ കോൺഗ്രസിലെ എൻ ഗണപതിയുമായിരുന്നു വിജയിച്ചത്. ജനറൽ സീറ്റിൽ നാമനിർദ്ദേശപത്രിക നല്കിയ കോൺഗ്രസ് സ്ഥാനാർത്ഥി ബി കെ നായരുടെ പത്രിക സൂക്ഷ്മപരിശോധനയിൽ തള്ളിപ്പോയിരുന്നു. ഇതിനെതിരെ ബി കെ നായർ നല്കിയ കേസ് കോടതി നായർക്ക് അനുകൂലമായി വിധിച്ചു. റോസമ്മ പുന്നൂസിന്റെ തിരഞ്ഞെടുപ്പ് റദ്ദാക്കി. ഇതേത്തുടർന്നായിരുന്നു ഉപ തിരഞ്ഞെടുപ്പ് വേണ്ടിവന്നത്.

1958 മെയ് 16-നായിരുന്നു കേരളത്തിലെ ആദ്യ ഉപതിരഞ്ഞെടുപ്പ്. റോസമ്മ പുന്നൂസും ബി കെ നായരും ഏറ്റുമുട്ടിയപ്പോൾ ജയം റോസമ്മയോടൊപ്പം നിന്നു. അവർ 7089 വോട്ടുകൾക്കാണ് ദേവികുളം മണ്ഡലം തന്റേതു തന്നെ എന്നുറപ്പിച്ചത്. സി പി ഐ നേതാവും ലോകസഭാംഗവും ഉജ്ജ്വല വാഗ്മിയുമായിരുന്ന പി ടി പുന്നൂസിന്റെ ഭാര്യയാണ്. 1957 - നുശേഷം 1987 ൽ ഒരിക്കൽക്കൂടി അവർ സഭയിലെത്തി. അന്നവർ ആലപ്പുഴയുടെ പ്രതിനിധിയായിരുന്നു. നൂറാം വയസ്സിലായിരുന്നു മരണം.

ബട്ടൻസില്ലാത്ത ഷർട്ടും നിന്നുപോയ വാച്ചും

ആദ്യ തിരഞ്ഞെടുപ്പിനുശേഷം സി പി ഐ നിയമസഭാകക്ഷി നേതാവായി തിരഞ്ഞെടുക്കപ്പെട്ട ഇ എം ശങ്കരൻ നമ്പൂതിരിപ്പാട് മാർച്ച് 28 നാണ് രാജ്ഭവനിൽ ഗവർണർ ബി രാമകൃഷ്ണറാവുവിനെ കാണാൻ പോയത്. അതിനായി ഷർട്ട് എടുത്തിട്ടപ്പോൾ അതാകെ ചുക്കിച്ചുളിഞ്ഞിരിക്കുന്നു. മാത്രമല്ല, ഷർട്ടിലെ ഒരു ബട്ടൻസും പൊട്ടിപ്പോയിരുന്നു. നിയുക്ത മുഖ്യമന്ത്രിയുടെ ആദ്യ കുടുക്കിന് ഭാര്യ ആര്യ അന്തർജ്ജനമാണ് എളുപ്പവഴിയിൽ പരിഹാരം കണ്ടെത്തിയത്. എല്ലാ വീട്ടമ്മമാരെയും പോലെ അവർ ഒരു സേഫ്റ്റിപിൻ എടുത്തു കുത്തിക്കൊടുത്തു.

എറണാകുളത്ത് വളഞ്ഞമ്പലത്തുള്ള ആലപ്പാട്ട് തറവാട്ടിലാണ് അന്ന് കമ്യൂണിസ്റ്റ് പാർട്ടിയുടെ സംസ്ഥാന കമ്മിറ്റിഓഫീസ് പ്രവർത്തിച്ചിരുന്നത്. ചരിത്രകാരൻ എ ശ്രീധരനമേനോന്റെ തറവാട് വീടായിരുന്നു അത്. ഈ രംഗം കണ്ട ശ്രീധരമേനോന്റെ അച്ഛൻ ആലപ്പാട്ടു വേലായുധമേനോൻ ഇ എം എസിന്റെ ഷർട്ടിലെ ബട്ടൻസ് തുന്നിയശേഷം ചുക്കിച്ചുളിഞ്ഞ ഷർട്ട് തേയ്ച്ചുകൊടുത്തു. അങ്ങനെ ഉടയാത്ത ഷർട്ടും ഉലയാത്ത മനസ്സുമായിട്ടാണ് ഇ എം എസ് അന്ന് രാജ്ഭവനിലേക്ക് യാത്രയായത്.

1957 ഏപ്രിൽ അഞ്ച്. അന്നായിരുന്നു ആ ചരിത്രദിനം. ബാലറ്റിലൂടെ അധികാരത്തിലേറിയ ആദ്യ കമ്യൂണിസ്റ്റ്മന്ത്രിസഭയുടെ സത്യപ്രതിജ്ഞ. ഈ ദിവസം മറ്റൊരു തമാശ അരങ്ങേറി. സത്യപ്രതിജ്ഞയ്ക്ക് പുറപ്പെടാറായപ്പോഴാണ് ഇ എം എസ് വാച്ചിലേക്ക് നോക്കിയത്. വാച്ച് നിന്നുപോയിരിക്കുന്നു. ഒടുവിൽ അന്ന് *ദേശാഭിമാനി*യുടെ തിരുവനന്തപുരം ലേഖകനായിരുന്ന പവനൻ സാർ അദ്ദേഹത്തിന്റെ വാച്ച് അഴിച്ചുകൊടുത്തു. അതും കെട്ടിക്കൊണ്ടാണ് ആ ചരിത്രനിമിഷത്തിന് സാക്ഷി

യാകാൻ ഇ എം എസ് എത്തിയത്. ഈ സംഭവത്തെക്കുറിച്ച് പവനൻ സാർ പിറ്റേന്ന് *ദേശാഭിമാനി*യിൽ വാർത്ത കൊടുക്കാനും മറന്നില്ല. അതിന് അദ്ദേഹം നല്കിയ തലക്കെട്ട് ഇങ്ങനെ - ചരിത്രം ഇവിടെ ഒരു നിമിഷം സ്തംഭിച്ചു നിന്നു.

ഈ ചരിത്ര മുഹൂർത്തം പവനന്റെ സഹധർമ്മിണി പാർവ്വതി പവനൻ ഓർത്തെടുക്കുന്നത് ഇങ്ങനെ: സത്യപ്രതിജ്ഞക്ക് മന്ത്രിമാരെല്ലാം സെക്രട്ടേറിയറ്റിൽ എത്തിയ സമയത്താണ് ഇ എം എസ് വാച്ച് നിശ്ചലമാണെന്നു കണ്ടത്. അദ്ദേഹം ഇടക്കിടെ വാച്ചിൽ നോക്കുകയും വാച്ച് ഓടുന്നില്ലെന്ന് കൂടെയുള്ളവരോട് പറയുകയും ചെയ്തു. ഇതു കേട്ടു

നിന്ന പാർട്ടി നേതാക്കളിലൊരാളായ എസ് വി ഉണ്ണികൃഷ്ണനന് ഇക്കാര്യം സത്യപ്രതിജ്ഞ റിപ്പോർട്ട് ചെയ്യാനെത്തിയ പവനനോട് ഇക്കാര്യം പറഞ്ഞത്. ഇതു കേട്ടയുടനെ പവനന് തന്റെ വാച്ച് ഊരി കൊടുത്തു. ഈ വാച്ച് ഇ എം എസിനെ കാണിച്ചപ്പോൾ ഓടുന്നതാണോ എന്നു തിരക്കി. എന്നിട്ട് തന്റെ വാച്ച് ഊരിവെച്ച് പവനന് കൊടുത്ത വാച്ച് കെട്ടുകയും ചെയ്തു. പിന്നീടൊരു ദിവസം ഇ എം എസ് പവനന് വാച്ച് തിരിച്ചു കൊടുത്തു. മുഖ്യമന്ത്രി സത്യപ്രതിജ്ഞക്ക് കെട്ടിയതാണെന്നു പറഞ്ഞ് പവനന് ദീർഘകാലം ആ വാച്ച് നിധിപോലെ സൂക്ഷിക്കുകയും ചെയ്തു.

കമ്യൂണിസ്റ്റുകൾക്ക് പ്രേമിക്കാമോ!

ഒരിക്കൽ ഒരു സഖാവ് ചെന്ന് ഇ എം എസിനോട് ചോദിച്ചുവത്രെ, 'സഖാവേ കമ്യൂണിസ്റ്റുകാർക്ക് പ്രേമിക്കാമോ'. അടിമുടി കമ്യൂണിസ്റ്റായിരുന്ന ഇ എം എസിന്റെ മറുപടിക്ക് ഒട്ടും താമസമുണ്ടായില്ല. അദ്ദേഹം പറഞ്ഞു – 'കമ്യൂണിസത്തിനു വേണ്ടിയാണെങ്കിൽ ആകാം.'

അതുകൊണ്ടാകാം, പുരനിറഞ്ഞിട്ടും കമ്യൂണിസത്തിനുവേണ്ടി വിവാഹം വേണ്ടെന്നു വെച്ചു നടന്ന നാലു സഖാക്കൾ 1957 ലെ ഇ എം എസ് മന്ത്രിസഭയിൽ ഉണ്ടായിരുന്നു. മൂന്ന് ആണുങ്ങളും ഒരു പെണ്ണും. അൻപത്തിനാലുകാരനായ കെ സി ജോർജ്, നാല്പത്തൊൻപതുകാരനായ കെ പി ഗോപാലൻ, നാല്പത്തേഴുകാരനായ ടി വി തോമസ്, മുപ്പത്തെട്ടുകാരിയായ കെ ആർ ഗൗരിയമ്മ. ഒടുവിലവർ കമ്യൂണിസത്തിനുവേണ്ടിത്തന്നെ കല്യാണം കഴിക്കാൻ തീരുമാനിച്ചു. അങ്ങനെ ആ സർക്കാരിന്റെ കാലത്ത് ഒരു രക്തഹാരം അങ്ങോട്ടും ഒരു രക്തഹാരം ഇങ്ങോട്ടും ഇട്ട് മൂന്നു മുഹൂർത്തങ്ങൾ അരങ്ങേറി.

നാലു മന്ത്രിവിവാഹങ്ങൾക്കും മുഖ്യമന്ത്രി ഇ എം എസ് തന്നെ മുഖ്യകാർമ്മികനായി. മന്ത്രിയാകും മുമ്പേ പ്രണയബദ്ധരായിരുന്ന ടി വി തോമസും ഗൗരിയമ്മയും തമ്മിലുള്ള വിവാഹമാണ് ആദ്യം നടന്നത്. വധുവിന്റെ തിരുവനന്തപുരം വസതിയായ സാനഡുവിൽ വെച്ച് 1957 മെയ് 30 ന് വൈകിട്ട് നാലുമണിക്കായിരുന്നു ചരിത്രമായി മാറിയ ആ മന്ത്രിതല വിവാഹം.

വിവാഹാലോചന സംബന്ധിച്ച് ഗൗരിയമ്മ തന്നെ പറയുന്ന രസകരമായ മറ്റൊരു കഥ കൂടിയുണ്ട്. ടി വി തോമസിനേക്കാൾ വലിയൊരു നേതാവിന്റെ വിവാഹാഭ്യർത്ഥന ഗൗരിയമ്മ നിരസിച്ചുണ്ട്. അത് മറ്റാരുമായിരുന്നില്ല. സാക്ഷാൽ എ കെ ജി തന്നെ. ആദ്യം കെ സി ജോർജ്ജ് വഴിയും പിന്നീട് എ കെ ജിയുടെ നേരിട്ടുമുള്ള വിവാഹാഭ്യർത്ഥനയ്ക്കു

മുന്നിലും നോ പറഞ്ഞത് ഗൗരിയമ്മ തന്നെയായിരുന്നു. അന്ന് ടി വി തോമസിനെ കണ്ടുമുട്ടിയിരുന്നില്ലെങ്കിലും ഗൗരിയമ്മ എ കെ ജിക്കു നല്കിയ മറുപടി ഇതായിരുന്നു - സ്നേഹിക്കാതെ എങ്ങനെ വിവാഹം കഴിക്കും. വിവാഹം കഴിക്കാൻ സ്നേഹം വേണ്ടേ. അതുകൊണ്ട് ഇ ക്കാര്യം ഇനി സംസാരിക്കേണ്ട.

ആദ്യ മന്ത്രിസഭയിലെ അടുത്ത ഊഴം ഭക്ഷ്യമന്ത്രി കെ സി ജോർജിന്റേതായിരുന്നു. അതേ വർഷം ഡിസംബർ 26 ന് തിരുവനന്തപുരത്തുവെച്ചായിരുന്നു ആ വിവാഹവും. നിരണത്തെ ഡോക്ടർ കെ കെ ജോർജിന്റെ ഇരുപതുകാരിയായ മകൾ അമ്മുക്കുട്ടിയായിരുന്നു വധു. ഇത്രയുമായപ്പോൾ കെ പി ഗോപാലനും മനസ്സുചോദിച്ചു. അങ്ങനെ 1958 നവംബർ മുപ്പതാം തീയതി കോഴിക്കോടുകാരിയും അദ്ധ്യാപികയുമായ മുപ്പതുകാരി സരോജിനിദേവിയുടെ കഴുത്തിൽ കെ പി ഗോപാലനും രക്തഹാരം ചാർത്തി.

ഇവരെ കൂടാതെ കേരള രാഷ്ട്രീയത്തിൽ മന്ത്രിയായിരിക്കെ വിവാഹിതരായവർ പലരുണ്ട്. 1970 ൽ സി അച്യുതമേനോൻ മന്ത്രിസഭയിൽ മന്ത്രിയായിരുന്ന പി കെ രാഘവൻ 1977 ലെ എ കെ ആന്റണി മന്ത്രിസഭാംഗം ഉമ്മൻചാണ്ടി എന്നിവർ ഈ പട്ടികയിൽ പെട്ടവരാണ്. 2015 മെയ് 10 ന് വിവാഹിതയായ ഉമ്മൻചാണ്ടി മന്ത്രിസഭയിലെ പി കെ ജയലക്ഷ്മിയാണ് ഈ ഗണത്തിലെ അവസാനത്തെ മന്ത്രി. രണ്ടാമത്തെ വനിതാ മന്ത്രിയും.

അഞ്ച് സ്വതന്ത്രർ അതിൽ മൂന്നു മന്ത്രിമാർ

കേരളത്തിൽ ഇ എം എസിന്റെ നേതൃത്വത്തിലുള്ള ആദ്യമന്ത്രി സഭ അധികാരമേറ്റത് രണ്ടുപേരുടെ ഭൂരിപക്ഷത്തിലായിരുന്നു. ഭരണ പക്ഷത്ത് ആകെ അറുപത്തഞ്ചുപേർ മാത്രം. 126 സീറ്റിൽ സി പി ഐ സ്ഥാനാർത്ഥികളായി അറുപതുപേർ ജയിച്ചുവന്നപ്പോൾ പാർട്ടി പിന്തുണയോടെ അഞ്ചു സ്വതന്ത്രന്മാരും വിജയം കണ്ടു.

തലശ്ശേരിയിൽനിന്നുള്ള വി ആർ കൃഷ്ണയ്യർ, മണലൂരിൽനിന്നുള്ള പ്രൊഫ. ജോസഫ് മുണ്ടശ്ശേരി, തൃശൂരിന്റെ പ്രതിനിധി ഡോക്ടർ എ ആർ മേനോൻ, ഹരിപ്പാട് നിന്നു ജയിച്ച ചെങ്ങളത്തു രാമകൃഷ്ണപിള്ള, ഗുരുവായൂരിൽനിന്നുള്ള കെ വി കോരു എന്നിവരായിരുന്നു ആ അഞ്ചു സ്വതന്ത്രർ. ഇതിൽ എ ആർ മേനോൻ തോല്പിച്ചത് കെ കരുണാകരനെയായിരുന്നു. ഇവരിൽ മൂന്നുപേർ ഇ എം എസ് മന്ത്രിസഭയിൽ അംഗങ്ങളായി. വി ആർ കൃഷ്ണയ്യർ നിയമം, വൈദ്യുതി വകുപ്പുകൾ കൈകാര്യം ചെയ്തപ്പോൾ ജോസഫ് മുണ്ടശ്ശേരി വിദ്യാഭ്യാസം, സഹകരണം എന്നീ വകുപ്പുകളും ഡോ. എ ആർ മേനോൻ ആരോഗ്യവകുപ്പും ഭരിച്ചു.

മന്ത്രിമാരായ മൂന്നുപേരും ഒരിക്കൽക്കൂടി നിയമസഭയിലെത്തിയപ്പോൾ മറ്റു രണ്ടുപേരും പിന്നീട് നിയമസഭയിലെത്തിയില്ല. പ്രൊഫസർ ജോസഫ് മുണ്ടശ്ശേരി പിന്നീട് കൊച്ചി ശാസ്ത്രസാങ്കേതിക സർവ്വകലാശാലയുടെ ആദ്യ വൈസ് ചാൻസലറും വി ആർ കൃഷ്ണയ്യർ സുപ്രീം കോടതി ജഡ്ജിയുമായി.

സഭയിലെ വീട്ടുകാര്യങ്ങൾ

കേരളനിയമസഭയിൽ ഇതേവരെ രണ്ടു ദമ്പതികൾ ഒരേസമയം ഒരുമിച്ചിരുന്ന് നാട്ടുകാര്യങ്ങളും വീട്ടുകാര്യങ്ങളും കൈകാര്യം ചെയ്തിട്ടുണ്ട്. കമ്യൂണിസ്റ്റ്പാർട്ടിയിലെ ടി വി തോമസും കെ ആർ ഗൗരിയമ്മയും കോൺഗ്രസ് പാർട്ടിയിലെ കെ എ ദാമോദരമോനോനും ലീലാ ദാമോദരമേനോനുമാണ് ആ അപൂർവ്വ ദമ്പതികൾ. 1957 ൽ തന്നെ ടി വി തോമസും ഗൗരിയമ്മയും നിയമസഭയിലെത്തി. ടി വി ആലപ്പുഴയിൽനിന്നും ഗൗരിയമ്മ ചേർത്തലയിൽനിന്നും. ഇ എം എസ് സർക്കാരിൽ മന്ത്രിയാകുമ്പോൾ ഇരുവരും വിവാഹിതരായിരുന്നില്ല. ഒരുമാസം കഴിഞ്ഞപ്പോൾ ഇ എം എസിന്റെ കാർമ്മികത്വത്തിൽ തന്നെ മന്ത്രിവിവാഹം നടന്നു. തൊട്ടടുത്ത തിരഞ്ഞെടുപ്പിൽ ടി വി തോമസ് പരാജയപ്പെട്ടെങ്കിലും പിന്നീട് ഒന്നിച്ചും ഭിന്നിച്ചും രണ്ടു തവണകൂടി അവർ നിയമസഭയിലെത്തി. 1967 ലും 70 ലും.

രണ്ടാമത്തെ ദമ്പതികളിൽ ഒരാളായ ലീലാ ദാമോദരമേനോൻ 1957 ൽ തന്നെ കോഴിക്കോട് ജില്ലയിലെ കുന്ദമംഗലത്തുനിന്ന് നിയമസഭാംഗമായെങ്കിലും ആ വർഷം ദാമോദരമേനോൻ മത്സരിച്ചിരുന്നില്ല. 1960 ലെ രണ്ടാം നിയമസഭയിലാണ് അവർ ഒരുമിച്ച് അംഗങ്ങളായത്. ലീല കുന്ദമംഗലത്തുനിന്ന് വീണ്ടും അംഗമായപ്പോൾ എറണാകുളം ജില്ലയിലെ പറവൂരിൽ നിന്നാണ് ദാമോദരമേനോൻ സഭയിലെത്തിയത്. ദാമോദരമേനോൻ പട്ടം താണുപിള്ള, ആർ ശങ്കർ മന്ത്രിസഭകളിൽ വ്യവസായമന്ത്രിയുമായി. ലീല പട്ടാമ്പിയിൽനിന്ന് ഒരിക്കൽക്കൂടി നിയമസഭയിലെത്തിയപ്പോൾ ദാമോദരമേനോൻ പിന്നീടൊരിക്കലും നിയമസഭയിലെത്തിയില്ല.

പിള്ളച്ചേട്ടൻ സ്റ്റാറാ

സാധാരണ കുട്ടികൾ കുഴിയാനയെ തോണ്ടി കളിച്ചപ്പോൾ യഥാർത്ഥ ആനയെ തൊട്ടും തോണ്ടിയും കളിച്ചു വളർന്നയാളാണ് കേരള രാഷ്ട്രീയത്തിലെ ഒറ്റയാനായ കീഴൂട്ട് രാമൻപിള്ള മകൻ ബാലകൃഷ്ണപിള്ള. ആദ്യകാലത്ത് എസ് എഫിന്റെ പ്രവർത്തകനൊക്കെയായിരുന്നെങ്കിലും കറങ്ങിത്തിരിഞ്ഞ് എത്തിയത് കോൺഗ്രസിലും കേരളാകോൺഗ്രസിലും. 1960 ൽ പത്തനാപുരത്തുനിന്ന് നിയമസഭയിലെത്തുമ്പോൾ 25 വയസ്സാണ് പ്രായം. ഇടക്കൊരല്പകാലം ജനതാപാർട്ടിയിൽ ഭാഗ്യം പരീക്ഷിച്ചതൊഴിച്ചാൽ കേരളാകോൺഗ്രസിന്റെ സ്ഥാപക ജനറൽ സെക്രട്ടറിയായ ആർ ബാലകൃഷ്ണപിള്ള അന്നും ഇന്നും കേരളാകോൺഗ്രസുകാരനാണ്. പലതവണ കേരളാകോൺഗ്രസ് പിളർന്നപ്പോൾ ഒരു വശത്ത് പിള്ളയുണ്ടായിരുന്നു. പക്ഷേ, പിള്ളയുടെ പാർട്ടി മാത്രം പിളരുന്തോറും വളർന്നില്ല എന്നു മാത്രം. കെ എം മാണിയയോടിടഞ്ഞ് ജോസഫ് ഗ്രൂപ്പിലെത്തിയ പിള്ള ജോസഫ് യു ഡി എഫ് വിട്ട് എൽ ഡി എഫിലേക്ക് ചേക്കേറിയപ്പോൾ ഒപ്പം പോകാൻ കൂട്ടാക്കിയില്ല. ആ നീക്കം ബാലകൃഷ്ണപിള്ളയ്ക്ക് ഇന്ത്യൻ രാഷ്ട്രീയ ചരിത്രത്തിൽത്തന്നെ പുതിയൊരു റെക്കോഡ് ചാർത്തിക്കൊടുത്തു. കൂറുമാറ്റനിരോധന നിയമപ്രകാരം അയോഗ്യനാക്കപ്പെടുന്ന ഇന്ത്യയിലെ ആദ്യ എം എൽ എയായി അദ്ദേഹം.

അഴിമതിക്കേസിൽ അഴിക്കുള്ളിലാകുന്ന ആദ്യ നേതാവെന്ന കുപ്രസിദ്ധിയും 2011 ൽ പിള്ള സ്വന്തം പേരിലാക്കി. ഇടമലയാർ കേസ് ഒരഴിമതിക്കേസാണെന്ന് ബാലകൃഷ്ണപിള്ള ഇപ്പോഴും വിശ്വസിക്കുന്നില്ലെങ്കിലും പിള്ളയ്ക്കും ജയിൽപുള്ളികൾക്കു നല്കുന്ന ഒരു നമ്പർ അനുവദിച്ചു കിട്ടിയിരുന്നു – 5990.

1982 ലെ കെ കരുണാകരന്റെ ഭരണകാലവും പിള്ളയെ സംബന്ധിച്ച് സംഭവബഹുലമായിരുന്നു. അക്കാലത്താണ് മന്ത്രിയായിരുന്ന ആർ ബാലകൃഷ്ണപിള്ള പഞ്ചാബ് മോഡൽ പ്രസംഗത്തിന്റെ പേരിൽ രാജി വെക്കേണ്ടി വന്നത്. എറണാകുളം രാജേന്ദ്രമൈതാനത്ത് കേരളാ കോൺഗ്രസ് നടത്തിയ സമ്മേളനത്തിലായിരുന്നു പിള്ളയുടെ വിവാദ പ്രസംഗം.

കഥയുടെ പിന്നാമ്പുറം ഇങ്ങനെ. കേരളത്തിന് ഇന്ദിരാഗാന്ധി ഒരു റെയിൽവെ കോച്ച് ഫാക്ടറി അനുവദിച്ചിരുന്നു. അതിനിടയിലാണ് പഞ്ചാബിലെ ഭീകരവാദികൾ ഇന്ദിരാഗാന്ധിയെ വധിച്ചത്. പിന്നീട് പ്രധാനമ

ന്ത്രിയായ രാജീവ് ഗാന്ധി ആ കോച്ച് ഫാക്ടറി പഞ്ചാബിലെ കപൂർത്തലയിലേക്കു മാറ്റി. ഈ പശ്ചാത്തലത്തിലായിരുന്നു പിള്ളയുടെ പ്രസംഗം. പഞ്ചാബിലെ വിഘടനവാദികളെ ഓർമ്മിപ്പിച്ചുകൊണ്ട് പിള്ള പ്രസംഗത്തിനൊടുവിൽ പറഞ്ഞു:- "ഇതിന്റെയൊക്കെ അർത്ഥം കേരളം അതുപോലെ പെരുമാറാത്തതുകൊണ്ടാണോ. പക്ഷേ, നമ്മുടെ സംസ്കാരത്തിനും നമ്മുടെ മര്യാദയ്ക്കും അതിനു കഴിയില്ലല്ലോ. ഇത്രയുമാണ് യഥാർത്ഥത്തിൽ പിള്ള പറഞ്ഞത്. അത് റിപ്പോർട്ടു ചെയ്യപ്പെട്ടതു പിള്ളയുടെ പഞ്ചാബ് മോഡൽ പ്രസംഗം എന്ന നിലയ്ക്കായിരുന്നു. പ്രശ്നം ഗുരുതരമായി. അതൊടുവിൽ പിള്ളയുടെ രാജിയിലാണ് കലാശിച്ചത്. ഒരു വർഷമായപ്പോഴേക്കും കേസൊക്കെ ജയിച്ച് പിള്ള വീണ്ടും മന്ത്രിസഭയിൽ തിരിച്ചെത്തി.

1960 മുതൽ 1987 വരെ നിയമസഭയുടെ ബേബിയായിരുന്ന പിള്ളയുടെ റിക്കോഡ് 1987 ൽ ജനതാദളിലെ മാത്യു ടി തോമസാണ് പഴങ്കഥയാക്കിയത്.

അടുത്തടുത്തുവന്ന രണ്ടു മുന്നണി മന്ത്രിസഭകളിൽ, 2011 ലെ ഉമ്മൻ ചാണ്ടി സർക്കാരിലും 2016 ലെ പിണറായി വിജയൻ സർക്കാരിലും ക്യാബിനറ്റ് പദവിയോടെ മുന്നാത്തക്ഷേമ കോർപ്പറേഷൻ ചെയർമാനാകാൻ കേരള രാഷ്ട്രീയത്തിൽ ബാലകൃഷ്മപിള്ള അല്ലാതെ മറ്റാർക്കാണ് മെയ്വഴക്കമുള്ളത്.

രാഷ്ട്രീയത്തിലെന്നപോലെ സിനിമയിലും അദ്ദേഹം ഒരു കൈ നോക്കി. *നീലസാരി, വെടിക്കെട്ട്, ഇവളൊരു നാടോടി* എന്നീ മൂന്ന് സിനിമകളിൽ അദ്ദേഹം വേഷമിട്ടു. അച്ഛന്റെ രക്തത്തിൽ അലിഞ്ഞു ചേർന്ന അഭിനയപാടവമാണ് മകൻ കെ ബി ഗണേശ്കുമാറിന് ലഭിച്ചത് എന്ന കാര്യത്തിൽ ഇനി തർക്കിച്ചിട്ടു കാര്യമില്ലല്ലോ.

പ്രഹ്ളാദന് പ്രത്യക്ഷപ്പെട്ട ഗാന്ധിജി

ആയിരത്തിത്തൊള്ളായിരത്തി അറുപതിലെ ആർ ശങ്കർ മന്ത്രിസഭയിൽ ആഭ്യന്തരമന്ത്രിയായിരുന്ന പി ടി ചാക്കോയുടെ കാർ പീച്ചിയിലേക്കുള്ള യാത്രയ്ക്കിടയിൽ 1963 ഡിസംബർ എട്ടിന് തൃശൂർ ലൂർദ്ദ് പള്ളിക്കു മുന്നിൽവെച്ച് ഒരു കട്ട വണ്ടിയിൽ തട്ടി. ആ സമയം കാറിൽ ചാക്കോയോടൊപ്പം ഒരു സ്ത്രീയുമുണ്ടായിരുന്നു എന്നതാണ് സദാചാര വിവാദമായി മാറിയത്. ചാക്കോ രാജിവെക്കണമെന്ന മുറവിളി പ്രതിപക്ഷത്തോടൊപ്പം കോൺഗ്രസിലെ ചാക്കോ വിരുദ്ധരും ഉന്നയിച്ചു. സംഭവം സ്വാഭാവികമായും നിയമസഭയിലുമെത്തി. ആ നിയമസഭയിൽ കണ്ണൂരിലെ മാടായിയിൽനിന്നുള്ള കോൺഗ്രസ് എം എൽ എയായിരുന്നു പ്രഹ്ളാദൻ ഗോപാലൻ എന്ന പി ഗോപാലൻ.

ഗാന്ധിജിയുടെ രക്തസാക്ഷിദിനമായ ജനുവരി 30 നാണ് നിയമസഭയിൽ ഗവർണറുടെ നയപ്രഖ്യാപനത്തിനുള്ള നന്ദിപ്രമേയ ചർച്ചയിൽ വോട്ടെടുപ്പു നടന്നത്. പ്രഹ്ളാദൻ ഗോപാലൻ എല്ലാവരെയും ഞെട്ടിച്ചു കൊണ്ട് സർക്കാരിന് അനുകൂലമായി വോട്ടു ചെയ്യില്ലെന്ന് പ്രഖ്യാപിച്ചു. രക്തസാക്ഷിദിനമായ ഇന്ന് അധാർമ്മികനായ ഒരു മന്ത്രിയെ തുടരാനനുവദിച്ച് ആ പാപത്തിൽ പങ്കാളിയാകാൻ ഞാനില്ല, മാത്രമല്ല, എനിക്ക് ഇന്നലെ രാത്രിയിൽ ഗാന്ധിജി സ്വപ്നത്തിൽ പ്രത്യക്ഷപ്പെട്ടു. എന്നിട്ട് കോൺഗ്രസിലെ സദാചാരം സംരക്ഷിക്കാൻ ഗാന്ധിജി തന്നോടാവശ്യപ്പെട്ടു എന്നും പ്രഹ്ളാദൻ വെളിപ്പെടുത്തി. മാത്രമല്ല ഈ മന്ത്രി രാജിവെച്ചു പോകുന്നതുവരെ നിയമസഭാഹാളിനു മുന്നിൽ നിരാഹാര സത്യഗ്രഹം ഇരിക്കുകയാണെന്നും അറിയിച്ചു. ചാക്കോ വിരുദ്ധരുടെ പിന്തുണയായിരുന്നു ഗോപാലന്റെ പിൻബലം. പ്രതിപക്ഷവും സഭ വിട്ട് ഗോപാലനൊപ്പം ചേർന്നു. ഒടുവിൽ നേതാക്കളിടപെട്ട് ഗോപാലന്റെ നിരാഹാ

രം അന്നുതന്നെ അവസാനിപ്പിച്ചു.

അതേവരെ ചാക്കോയ്ക്കൊപ്പം അച്ചുതണ്ടുശക്തിയായി നിന്ന മുഖ്യ മന്ത്രി ശങ്കറുംകൂടി കൈവിട്ടതോടെ ഒടുവിൽ ചാക്കോയ്ക്ക് പിടിച്ചു നില്ക്കാനായില്ല. 1964 ഫെബ്രുവരി 16 ന് അദ്ദേഹം രാജിവെച്ചു. ആഗ സ്ത് ഒന്നിന് ഹൃദയാഘാതത്താൽ ചാക്കോ മരിച്ചു. ശങ്കർ മന്ത്രി സഭയ്ക്കും വലിയ ആയുസ്സുണ്ടായിരുന്നില്ല. ചാക്കോ പക്ഷവാദികൾ കാലുവാരിയതോടെ സെപ്തംബർ പത്തിന് കാലാവധി തികയ്ക്കാതെ ശങ്കറിന് രാജിവെക്കേണ്ടി വന്നു.

മാടായിൽ സി പി ഐ (എം) കരുത്തനായ കെ പി ആർ ഗോ പാലനെ തോല്പിച്ച് നിയമസഭയിലെത്തിയ പ്രഹ്ളാദൻ പിന്നീടൊരി ക്കലും നിയമസഭയിലെത്തിയില്ല. അധികം വൈകാതെ ഒരപകട ത്തിൽപ്പെട്ട് അദ്ദേഹം മരിച്ചു. അങ്ങനെയാണ് ആദ്യമായും അവസാന മായും കേരളരാഷട്രീയത്തിൽ ഗാന്ധിജി ഇടപെട്ടത്. നിയമസഭയ്ക്ക് പുതിയ മന്ദിരം ഉണ്ടായതോടെ പ്രതിമയായി ഗാന്ധിജി മുന്നിൽ തന്നെ യുണ്ടെന്നതുമാത്രമാണ് ഇപ്പോഴത്തെ ആശ്വാസം.

ചെമ്മീൻ കച്ചവടക്കാരനായ കാര്യാട്ട്

***നീ**ലക്കുയിൽ, ചെമ്മീൻ, നെല്ല്, ദ്വീപ്, അഭയം* തുടങ്ങി ഒരു കൂട്ടം നല്ല സിനിമകൾ മലയാളിക്കു സമ്മാനിച്ച സംവിധായകൻ രാമു കാര്യാട്ട് 1965 ലെ തിരഞ്ഞെടുപ്പിൽ ഇടതു സ്വതന്ത്രനായി നിയമസഭയിലേക്ക് മത്സരിക്കുകയാണ്. തൃശൂർ ജില്ലയിലെ തീരദേശമായ നാട്ടികയായിരുന്നു മണ്ഡലം. വിഖ്യാതസിനിമയായ *ചെമ്മീന്റെ* വലിയൊരു ഭാഗം ചിത്രീകരിച്ചതും ഈ കടപ്പുറത്തായിരുന്നുവല്ലോ. കാര്യാട്ടിനെ മത്സരിക്കാൻ പ്രേരിപ്പിച്ചതിൽ പ്രധാനി അടൂർഭാസിയായിരുന്നു.

മണ്ഡലത്തിലെ ഏറ്റവും തിരക്കുള്ള കവലയിലായിരുന്നു പ്രചാരണത്തിന്റെ തുടക്കം. പ്രസംഗിക്കാൻ സിനിമാരംഗത്തെ പ്രശസ്തരും അതിപ്രശസ്തരും എല്ലാം എത്തിയിട്ടുണ്ട്. അതിനൊത്തെ ആൾക്കൂട്ടവുമുണ്ട്. അടൂർഭാസി തന്നെയാണ് യോഗത്തിന്റെ ഉദ്ഘാടകൻ. അദ്ദേഹം തനിക്കുമാത്രം സ്വന്തമായ ശൈലിയിൽ തുടങ്ങി - സിനിമാലോകത്ത് *നീലക്കുയിലിനെ*യും കൈയിലേന്തി, *ചെമ്മീനും നെല്ലും* കച്ചവടം ചെയ്ത് *ദ്വീപിൽ അഭയം* തേടിയ രാമുകാര്യാട്ട് അവിടെയെല്ലാം ആധിപത്യം നേടി. പൊതുപ്രവർത്തനവേദിയിൽ അശ്വമേധം നടത്തി മുടിചൂടാമന്നനായി പ്രശോഭിക്കാൻ ഇതാ ഇറങ്ങിത്തിരിച്ചിരിക്കുന്നു. ശരീരത്തിനു ചേർന്ന വയർ, അതിനു ചേർന്ന തല. അതൊരു മത്തങ്ങാത്തലയാണെന്ന് ചില വിവരദോഷികൾ പറയും. എങ്കിൽ വിവരമുള്ള ഞാനിതാ പറയുന്നു. അതു നിറച്ചും കുരുവാണ്. അതായത് ബുദ്ധിയാകുന്ന കുരു. ഇങ്ങനെയുള്ള കാര്യാട്ടിനെ സിനിമയിൽനിന്ന് വിട്ടുകൊടുക്കുന്നതിലാണ് ഞങ്ങൾക്കൊക്കെ വിഷമം. പക്ഷേ, എന്തുചെയ്യാം, നിങ്ങൾ അദ്ദേഹത്തെ ഗുരുവായൂർ കേശവനെപ്പോലെ നിയമസഭയ്ക്കുള്ളിലേക്ക് എഴുന്നെള്ളിക്കാൻ തയ്യാറെടുത്തിരിക്കുകയാണല്ലോ.

ഏതായാലും ഫലം വന്നപ്പോൾ ഭാസിയുടെ പ്രവചനം യാഥാർത്ഥ്യമായി. രാമു കാര്യാട്ട് 3286 വോട്ടുകൾക്ക് കോൺഗ്രസ് സ്ഥാനാർത്ഥി വി കെ കുമാരനെ പരാജയപ്പെടുത്തി. എന്തുചെയ്യാം ആ തിരഞ്ഞെടുപ്പിൽ ഒരു കക്ഷിക്കും ഭൂരിപക്ഷമില്ലാത്തതിനാൽ നിയമസഭ ചേർന്നില്ല. ഭാസിയുടെ *ഗുരുവായൂർ കേശവന്* നിയമസഭയിൽ കയറാനായില്ല. പിന്നീട് അദ്ദേഹം *ചെമ്മീനും നെല്ലും* കച്ചവടം ചെയ്ത് സിനിമയുടെ *ദ്വീപിൽ*ത്തന്നെ *അഭയം* തേടി. രാഷ്ട്രീയരംഗത്ത് ആധിപത്യം നേടാൻ ശ്രമിച്ചതുമില്ല.

കുറുപ്പിന് മന്നത്തിന്റെ സ്വർണ്ണമെഡൽ

തിരഞ്ഞെടുപ്പിൽ ഏറ്റവും കൂടുതൽ ഭൂരിപക്ഷം നേടുന്ന ആൾക്ക് സ്വർണ്ണമെഡൽ പ്രഖ്യാപിച്ച അപൂർവ്വ സംഭവവും കേരളരാഷ്ട്രീയ ചരിത്രത്തിന്റെ ഭാഗമാണ്. എൻ എസ് എസ് നേതാവ് മന്നത്തുപത്മനാഭൻ നയിച്ച വിമോചനസമരം കഴിഞ്ഞുള്ള 1960 ലെ തിരഞ്ഞെടുപ്പിനു മുമ്പാണ് സംഭവം. അന്ന് ഏറ്റവും വലിയ കമ്യൂണിസ്റ്റുവിരുദ്ധനായിരുന്ന മന്നത്തു പദ്മനാഭന്റെ വകയായിരുന്നു സ്വർണ്ണമെഡലും. വെറുതെ ആരെയെങ്കിലും തോല്പിച്ചാൽ പോരാ കമ്യൂണിസ്റ്റ്മുന്നണിയിലെ സ്ഥാനാർത്ഥിയെ ഏറ്റവും വലിയ ഭൂരിപക്ഷത്തിൽ പരാജയപ്പെടുത്തണം എന്നതായിരുന്നു മെഡൽ സ്വന്തമാക്കാനുള്ള യോഗ്യത.

ആ തിരഞ്ഞെടുപ്പിൽ സി പി ഐ സഖ്യത്തെ നേരിട്ടത് കോൺഗ്രസും പി എസ് പിയും ഇന്ത്യൻ യൂണിയൻ മുസ്ലീംലീഗും ചേർന്ന മുക്കൂട്ടു മുന്നണിയാണ്. ഫലം വന്നപ്പോൾ കൂത്തുപറമ്പിലെ പി എസ് പി സ്ഥാനാർത്ഥിയായ പി ആർ കുറുപ്പാണ് സ്വർണ്ണമെഡലിന് അർഹത നേടിയത്. അന്നവിടെ കമ്യൂണിസ്റ്റ് സഖ്യ സ്ഥാനാർത്ഥിയായിരുന്ന എസ് എസ് പി (സംയുക്ത സോഷ്യലിസ്റ്റ് പാർട്ടി) യിലെ കെ കെ അബുവിനെയാണ് വമ്പൻ ഭൂരിപക്ഷത്തിൽ കുറുപ്പ് തോല്പിച്ചത്. 23,647 വോട്ടിന്റെ ഭൂരിപക്ഷം.

എന്നാൽ മന്നത്തിന്റെ സ്വർണ്ണമെഡൽ വാങ്ങാൻ കുറുപ്പ് തയ്യാറായില്ല. പൊതുരംഗത്ത് മതേതര നിലപാട് ഉയർത്തിപ്പിടിച്ച് മത്സരിക്കുമ്പോൾ ഒരു സമുദായനേതാവിൽനിന്ന് സ്വർണ്ണമെഡൽ വാങ്ങുന്നത് ശരിയല്ല എന്നായിരുന്നു കുറുപ്പിന്റെ ന്യായം.

1967 ലെ തിരഞ്ഞെടുപ്പിൽ എസ് എസ് പിയുടെ സ്ഥാനാർത്ഥിയായിരുന്ന പി ആർ കുറുപ്പ് ഇതേ കമ്യൂണിസ്റ്റുപാർട്ടികളുടെ പിന്തുണ

യോടെ ജയിച്ചുകയറിയതും ഇ എം എസ് നയിച്ച സപ്തകക്ഷി മുന്നണി മന്ത്രിസഭയിൽ മന്ത്രിയായതും പിന്നീടുള്ള ചരിത്രം.

എന്തായാലും കുറുപ്പ് മന്നം പ്രഖ്യാപിച്ച സ്വർണ്ണമെഡൽ വാങ്ങാത്തതും നന്നായി. കമ്യൂണിസ്റ്റ്സ്ഥാനാർത്ഥിയെ തോല്പിച്ചതിനുള്ള സ്വർണ്ണമെഡൽ കമ്യൂണിസ്റ്റ്മന്ത്രിസഭയിൽ അംഗമായപ്പോൾ മന്നം തിരിച്ചു വാങ്ങില്ലെന്ന് ആരു കണ്ടു.

തറയിൽ കൂർക്കംവലിച്ചുറങ്ങിയ മന്ത്രി

ആയിരത്തിത്തൊള്ളായിരത്തി അറുപത്തിയേഴിൽ ഇ എം എസ് നമ്പൂതിരിപ്പാടിന്റെ സപ്തകക്ഷിമുന്നണി മന്ത്രിസഭയിൽ തൊഴിൽമന്ത്രിയായിരുന്നു മത്തായി മാഞ്ഞൂരാൻ. കേരളാ സോഷ്യലിസ്റ്റുപാർട്ടി എന്ന കെ എസ് പിയുടെ പ്രതിനിധിയായി മാടായി മണ്ഡലത്തിൽനിന്നാണ് അദ്ദേഹം നിയമസഭയിലെത്തിയത്. പാലക്കാട് ജില്ലയിൽ കർഷകസമരങ്ങൾ നടക്കുന്ന ഒരു കാലമായിരുന്നു അത്. ദിവസം ജില്ലയിലെ വിവിധ പരിപാടികൾക്കുശേഷം പാതിരാത്രിയോടെ വളരെ ക്ഷീണിച്ചാണ് മന്ത്രി മാഞ്ഞൂരാൻ പി ഡബ്ല്യൂ ഡി റസ്റ്റ്ഹൗസിലെത്തിയത്. ആ സമയം അവിടെ മുറികളൊന്നും ഒഴിവുണ്ടായിരുന്നില്ല.

മന്ത്രി വരുമെന്ന് മുൻകൂട്ടിയുള്ള അറിയിപ്പൊന്നും ലഭിച്ചിരുന്നുമില്ല. പരിഭ്രമിച്ചുപോയ റസ്റ്റ്ഹൗസ് ജീവനക്കാരൻ ഉറങ്ങിക്കിടക്കുന്നവരെ ഒഴിപ്പിക്കാനുള്ള ഓട്ടം തുടങ്ങി. കാര്യം മനസ്സിലാക്കിയ മന്ത്രി അയാളെ തടഞ്ഞുകൊണ്ടു പറഞ്ഞു - സാരമില്ല. ഈ അർദ്ധരാത്രിയിൽ ആരെയും ഉണർത്തണ്ട. ഒരു വിരിയും തലയണയുമുണ്ടെങ്കിൽ ഇങ്ങോട്ടു തന്നാൽ മതി.

ജീവനക്കാരൻ അന്തംവിട്ടുനിന്നപ്പോൾ മന്ത്രി ആവർത്തിച്ചു - ഒരു കുഴപ്പവുമില്ല, ഒരു ഷീറ്റ് ഇങ്ങോട്ടെടുക്ക്. ആ രാത്രി മന്ത്രി മാഞ്ഞൂരാൻ റസ്റ്റ്ഹൗസിന്റെ മുന്നിലെ വെറും തറയിൽ ഷീറ്റും വിരിച്ച് സുഖമായി കൂർക്കം വലിച്ചുറങ്ങി. അമ്പരപ്പു മാറാത്ത റസ്റ്റ്ഹൗസ് ജീവനക്കാരൻ മാത്രം നേരം വെളുക്കുവോളം ഒരുപോള കണ്ണടച്ചില്ലെന്നു മാത്രം.

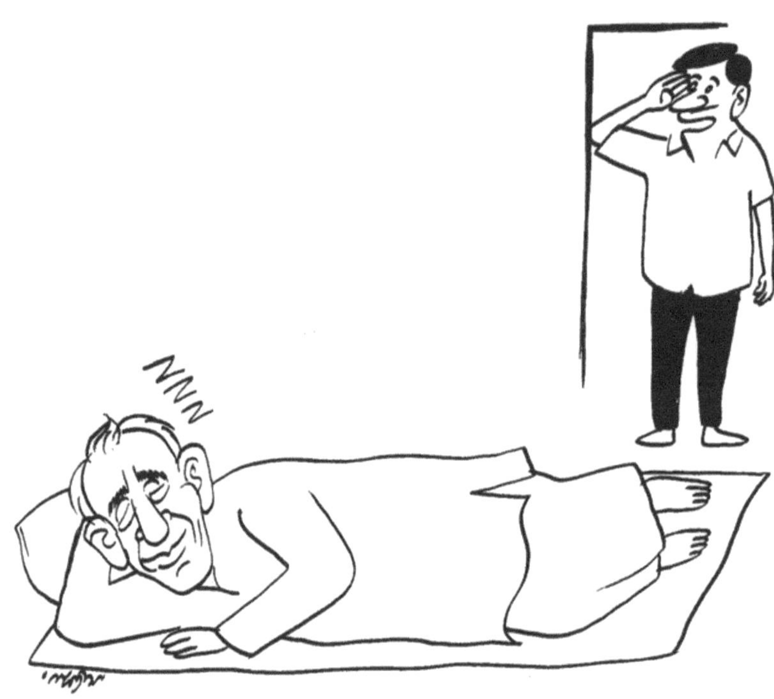

ഇന്ന് ഇത്തരം മാഞ്ഞൂരാന്മാരെ മഷിയിട്ടു നോക്കിയാൽപ്പോലും കിട്ടുമോ എന്ന കാര്യം സംശയമാണ്.

ഓണത്തിനൊരു പറ നെല്ല്

വിദ്യാർത്ഥിരാഷ്ട്രീയം എന്നു കേൾക്കുമ്പോൾത്തന്നെ ഓർമ്മവരുന്ന കാലം മായ്ക്കാത്ത ചില മുദ്രാവാക്യങ്ങളുണ്ടല്ലോ. തോറ്റിട്ടില്ല, തോറ്റിട്ടില്ല, തോറ്റ ചരിത്രം കേട്ടിട്ടില്ല, വിദ്യാർത്ഥികളെ തൊട്ടുകളിച്ചാൽ അക്കളി തീക്കളി സൂക്ഷിച്ചോ. ഇക്കഥ ഒരു സമര കഥയല്ല. സമരം ഒരു വരം എന്നു കരുതി സമരരംഗത്തു മാത്രം കണ്ടിരുന്ന വിദ്യാർത്ഥികളുടെ വേറിട്ട മുഖം.. 1967 ലെ ഇ എം എസിന്റെ സപ്തകക്ഷി മുന്നണി ഭരിക്കുന്ന കാലം. സ്ഥിരം സമരരംഗത്തായിരുന്ന പ്രതിപക്ഷ വിദ്യാർത്ഥികളെ നോക്കി കൃഷിമന്ത്രിയായിരുന്ന സി പി ഐയിലെ എം എൻ ഗോവിന്ദൻനായർ പറഞ്ഞു: “വിദ്യാർത്ഥികൾ തെരുവിൽ കല്ലെറിയുകയല്ല, പാടത്ത് വിത്തെറിയുകയാണ് വേണ്ടത്.”

മന്ത്രിയുടെ ഈ ആഹ്വാനം അന്ന് കെ എസ് യു പ്രസിഡന്റായ ഉമ്മൻചാണ്ടി ഒരു വെല്ലുവിളിയായി ഏറ്റെടുത്തു. ഉമ്മൻചാണ്ടി കൃഷിമന്ത്രിക്ക് ഒരു കത്തെഴുതി. മന്ത്രിയുടെ ആശയത്തോട് ഞങ്ങൾ യോജിക്കുന്നു. ഞങ്ങൾ ഒരു പദ്ധതി തയ്യാറാക്കുന്നു - ഓണത്തിന് ഒരു പറ നെല്ല് എന്നതാണ് പരിപാടി. സഹകരിക്കുമോ.

ഇതുകേൾക്കേണ്ട താമസം എം എൻ ഗോവിന്ദൻനായർ വിദ്യാർത്ഥികളുടെ യോഗം വിളിച്ചു. ഉമ്മൻചാണ്ടി യോഗത്തിൽ വെച്ച് പരിപാടിയുടെ രൂപരേഖ അവതരിപ്പിച്ചു. സ്കൂളുകളിലും വീടുകളിലുമായി പറ്റാവുന്നിടത്തെല്ലാം വിദ്യാർത്ഥികൾ നെൽകൃഷി ചെയ്യുന്നു. അങ്ങനെ ഒരു ലക്ഷം സ്ഥലത്ത് കൃഷിയിറക്കാം. ചർച്ചകൾക്കൊടുവിൽ കൃഷിക്കുള്ള നെൽവിത്ത് സർക്കാർ നല്കാമെന്ന് മന്ത്രി ഉറപ്പുനല്കി. ഉമ്മൻചാണ്ടിയും കൂട്ടുകാരും കൂടി എ കെ ആന്റണിയേയും വയലാർ രവിയേയും എം എ ജോണിനേയും കണ്ട് വിവരങ്ങൾ അറിയിച്ചു. അവരുടെ നിർദ്ദേശ

പ്രകാരം അന്ന് ഫാക്ടിന്റെ മാനേജിങ്ഡയറക്ടറായിരുന്ന എം കെ കെ നായരെ കണ്ടു. അദ്ദേഹം ഒരു ലക്ഷം പായ്ക്കറ്റ് വളം കൊടുക്കാമെന്നു സമ്മതിച്ചു.

കേരളത്തിലെല്ലായിടത്തും വിത്തും വളവും എത്തിക്കാനുള്ള വലിയ ദൗത്യം കെ എസ് യു പ്രവർത്തകർ ഏറ്റെടുത്തു നടത്തി. ഓണത്തിന് നെല്ലെല്ലാം കൊയ്തെടുത്തു. കുട്ടികളുടെ വീടുകളിലെല്ലാം അതുവെച്ച് അവർ സദ്യയൊരുക്കി. കൊയ്ത്തിന്റെ സംസ്ഥാനതല ഉദ്ഘാടനം കുന്ദംകുളത്തെ ഒരു പാടത്തായിരുന്നു. ഉദ്ഘാടനം നിർവ്വഹിച്ചത് കോൺഗ്രസ് നേതാക്കളാരും ആയിരുന്നില്ല. കൃഷിമന്ത്രി എം എൻ ഗോവിന്ദൻനായർ തന്നെ.

പരിപാടിയിലുള്ള പിടിവാശി

അമേരിക്കയുടെ മുപ്പത്തിമൂന്നാമത് പ്രസിഡന്റായിരുന്ന ഹാരി ട്രൂമാൻ നേതാക്കളെക്കുറിച്ചു പറഞ്ഞ രസകരമായ ഒരു കാര്യമുണ്ട്. എല്ലാ വായനക്കാരും നേതാക്കളല്ല. എന്നാൽ നേതാക്കളെല്ലാം പരന്ന വായനാശീലമുള്ളവരാണ്. ജവഹർലാൽനെഹ്റുവിനുശേഷം പുസ്തകം വായിച്ചവർ കോൺഗ്രസിൽ ഉണ്ടായിട്ടില്ല എന്നു കളിയാക്കിയത് വലിയൊരു വായനക്കാരനും എഴുത്തുകാരനുമായ സുകുമാർ അഴീക്കോടാണ്. അഴീക്കോടു മാഷിന്റെ വിമർശനത്തിൽ കഴമ്പുണ്ടെന്നു കരുതാമെങ്കിലും ഈ നിർവ്വചനത്തിൽ ഒരിക്കലും പെടാത്ത ഒരു കോൺഗ്രസുകാരൻ കേരളത്തിലുണ്ടായിരുന്നു. അതായിരുന്നു മറ്റത്തിൽ മാനുള്ളിൽ വീട്ടിൽ എബ്രഹാമിന്റെ മകൻ ജോൺ. പരിപാടിയിലുള്ള പിടിവാശി പടവാളാക്കിയ പരിവർത്തനവാദി എം എ ജോൺ. കെ എസ് യുവിന്റെ സ്ഥാപകനേതാക്കളിലൊരാളായി തുടങ്ങിയ രാഷ്ട്രീയജീവിതത്തിൽ ഒരിക്കൽപോലും ആദർശത്തിന്റെ പേരിലുള്ള പിടിവാശി ഉപേക്ഷിക്കാത്ത നേതാവ്. 1936 ജൂൺ 26 നായിരുന്നു ജനനം.

യുവനേതാവായിരിക്കെ 1968 ലെ കെ പി സി സി തിരഞ്ഞെടുപ്പിൽ മുതിർന്ന നേതാവ് ടി ഒ ബാവയ്ക്കെതിരെയുള്ള മത്സരം കൂടിയായപ്പോൾ പാർട്ടി അച്ചടക്കത്തിന്റെ വാൾ ജോണിനുമുകളിൽ വീണു. അന്നു തോറ്റെങ്കിലും അതുമുതൽ ജോണിന്റെ കറകളഞ്ഞ ആദർശവും പ്രായോഗിക രാഷ്ട്രീയവും തമ്മിൽ ഏറ്റുമുട്ടി. അവസരവാദ ആദർശക്കാരെല്ലാം കൂടി ഒടുവിൽ ജോണിനെ പുറത്താക്കി. അങ്ങനെയാണ് ജോൺ കോൺഗ്രസ് പരിവർത്തനവാദികൾ എന്ന പുതിയ സംഘടനയ്ക്ക് രൂപംനല്കിയത്.

ചൈനയിൽ മാവോ സെ തൂങ്ങിനെ കേന്ദ്രീകരിച്ചു നടത്തിയ ആശയ

പ്രചാരണ രീതിയായിരുന്നു ജോണിന്റേതും. അച്ചടക്കം അടിമത്തമല്ല. പരിപാടിയിലുള്ള പിടിവാശിയാണ് പരിവർത്തനവാദിയുടെ പടവാൾ. അധികാരം പൂജിക്കാനുള്ള വിഗ്രഹമല്ല, പ്രയോഗിക്കാനുള്ള ആയുധമാണ്. പരിവർത്തനം കോൺഗ്രസിലൂടെ മാത്രം. എം എ ജോൺ നമ്മെ നയിക്കും – തുടങ്ങിയ മുദ്രാവാക്യങ്ങൾ കേരളത്തിലെ ചുവരുകളിലെല്ലാം നിറഞ്ഞു. അതിരില്ലാത്ത ആ ആദർശനിഷ്ഠ അനുഭവിച്ചറിഞ്ഞ യുവാക്കളിൽ വലിയൊരു വിഭാഗം പരിവർത്തനവാദികളായി ജോണിനൊപ്പം കൂടി. കോൺഗ്രസിനുള്ളിൽ അങ്കലാപ്പായി. അവർ രാത്രിയുടെ മറവിൽ എം എ ജോൺ നമ്മെ നയിക്കും എന്ന ചുവരെഴുത്തിലെ നയിക്കും എന്ന വാക്കിലെ 'യി' മുഴുവൻ മായ്ച്ചു കളഞ്ഞു. ജോണിനെ ചെറുതാക്കാനായിരുന്നു ശ്രമമെങ്കിലും ജോൺ വലുതായിക്കൊണ്ടിരുന്നു.

ഒടുവിൽ കോൺഗ്രസിൽനിന്നും പുറത്തായ അദ്ദേഹം ഇടക്കാലത്ത് ഇടതുമുന്നണിയോടു യോജിച്ചു പ്രവർത്തിച്ചു. മട്ടന്നൂർ ഉപതിരഞ്ഞെടുപ്പിൽ ജോൺ മാഞ്ഞൂരാൻ ഇടതുമുന്നണി സ്ഥാനാർത്ഥിയായി മത്സരിക്കുന്ന കാലം. അന്ന് പരിവർത്തനവാദികൾ ഇടതുമുന്നണിയെയാണ്

പിന്തുണയ്ക്കുന്നത്. മട്ടന്നൂരിൽ നടന്ന ഉപതിരഞ്ഞെടുപ്പിൽ ഇടതുമുന്നണി സ്ഥാനാർത്ഥിക്കു വേണ്ടി പ്രസംഗിക്കാൻ ജോണുമുണ്ട്. സമ്മേളനം കഴിഞ്ഞപ്പോൾ പത്തുമണി കഴിഞ്ഞു. തലശ്ശേരിക്കുള്ള അവസാന ബസും പോയിരുന്നു. ടാക്സിയെക്കുറിച്ചൊന്നും ആലോചിക്കാൻ പോലുമുള്ള വരുമാനമില്ലാത്ത കാലം. ജോണും അനുയായികളുംകൂടി ആ രാത്രിയിൽ ഒറ്റനടപ്പാണ് - ഇരുപത്തിരണ്ടു കിലോമീറ്റർ - ഈ നടപ്പിന് രാഷ്ട്രീയ ചർച്ച മാത്രമായിരുന്നു ഇന്ധനം എന്ന് അന്ന് ഒപ്പമുണ്ടായിരുന്ന പ്രശസ്ത പത്രപ്രവർത്തകൻ എൻ പി രാജേന്ദ്രൻ സാക്ഷ്യപ്പെടുത്തുന്നു. പക്ഷേ, സ്വന്തം അച്ചടക്കത്തിന്റെ അടിമത്തം അധികം വൈകാതെ ജോണിനെ ഇടതു ചേരിയിൽനിന്നും അകറ്റി.

എന്തിനധികം ജോണിന്റെ പിടിവാശികൾ ഒടുവിൽ പരിവർത്തനവാദികൾക്കിടയിലും പ്രശ്നങ്ങൾ സൃഷ്ടിച്ചു. അങ്ങനെ സംഘടന പിരിച്ചുവിടാൻ ജോൺ തീരുമാനിച്ചു. പരിവർത്തനവാദികളാകട്ടെ ജോണിനെ പാർട്ടിക്കു പുറത്താക്കി. യേശുക്രിസ്തുവിനെ ക്രിസ്തുമതത്തിൽ നിന്നു പുറത്താക്കുംപോലെ. അന്ന് കേരളത്തിലെ ഒരു പത്ര മുത്തശ്ശി കൊടുത്ത തലക്കെട്ട് ഇങ്ങനെ - 'എം എ ജോൺ ഇനി നമ്മേ നയിക്കില്ല.'

കോൺഗ്രസ് ഗ്രൂപ്പുകളിയിൽ ആന്റണിക്കെതിരെയുള്ള വടിയായി കെ കരുണാകരൻ എം എ ജോണിനെ പലതവണ ഉപയോഗിച്ചു. ഒടുവിൽ കെ കരുണാകരൻ തന്നെ കോൺഗ്രസിനോട് സുല്ലിട്ട് ഡി ഐ സി ഉണ്ടാക്കിയപ്പോൾ ജോൺ അതിന്റെ ഭാഗമായി. എന്നാൽ കരുണാകരനും കൂട്ടരും എൻ സി പിയിലേക്കു ചേക്കേറിയപ്പോൾ ജോൺ പോയില്ല. ഡി ഐ സി ലെഫ്റ്റ് എന്നൊരു വിഭാഗമുണ്ടാക്കി വഴി പിരിഞ്ഞു. അതൊടുവിൽ ഇല്ലാതായത് ആരും അറിഞ്ഞുപോലുമില്ല.

മതമാണ് രോഗം വർഗ്ഗീയത രോഗലക്ഷണം മാത്രമാണ് എന്നു വിശ്വസിച്ചിരുന്ന ജോൺ മതത്തിന് എതിരായിരുന്നില്ലെങ്കിലും അതിന്റെ ആചാരങ്ങളോട് പൊരുത്തപ്പെടാൻ അദ്ദേഹത്തിന് കഴിഞ്ഞിരുന്നില്ല. നാല്പത്തിമൂന്നാം വയസ്സിൽ സെപ്ഷ്യൽ മാര്യേജ് ആക്ട് പ്രകാരം വീട്ടുവളപ്പിലെ പന്തലിൽ വിവാഹം നടത്തിയ അദ്ദേഹത്തിന്റെ സംസ്കാരവും സ്വന്തം ഇഷ്ടപ്രകാരം വീട്ടുവളപ്പിൽ തന്നെയായിരുന്നു.

അവിശ്വാസം അതല്ലേ എല്ലാം

വെറുംവിശ്വാസമല്ല, സഭയിൽ ഭൂരിപക്ഷം അംഗങ്ങളുടെ ശരിക്കുമുള്ള വിശ്വാസമുണ്ടെങ്കിലേ പ്രധാനമന്ത്രിക്കായാലും മുഖ്യമന്ത്രിക്കായാലും ആശ്വാസത്തോടെ ഭരിക്കാനാവൂ. അതിനാൽ വിശ്വാസപ്രമേയവും അവിശ്വാസപ്രമേയവും ജനപ്രതിനിധിസഭകളിലെ ഏറ്റവും പ്രധാനപ്പെട്ട ഇനമാണ്. വിശ്വാസം നഷ്ടപ്പെട്ടാൽ പിന്നെ രാജിയല്ലാതെ വേറെ മാർഗ്ഗമില്ല.

കേരള നിയമസഭയിൽ ഒരിക്കൽ മാത്രമാണ് വിശ്വാസപ്രമേയം അവതരിപ്പിക്കപ്പെട്ടത്. സാധാരണ വിശ്വാസപ്രമേയം അവതരിപ്പിക്കുന്നത് മുഖ്യമന്ത്രി തന്നെയായിരിക്കും. 1969 ൽ ഇ എം എസിന്റെ നേതൃത്വത്തിലുള്ള സപ്തകക്ഷിമുന്നണി സർക്കാരിന്റെ പതനത്തിനുശേഷം ഇടക്കാല സർക്കാരിനെ നയിച്ച സി അച്യുതമേനോനാണ് സഭയിൽ ആദ്യമായും അവസാനമായും വിശ്വാസപ്രമേയം അവതരിപ്പിച്ചത്. അന്ന് 58 വോട്ടുകൾക്കെതിരെ 66 വോട്ടുകൾക്ക് വിശ്വാസപ്രമേയം വിജയിച്ചു. അച്യുതമേനോൻ മുഖ്യമന്ത്രിക്കസേരയിൽ തുടർന്നു.

കേരള നിയമസഭയിൽ അനവധി തവണ അവിശ്വാസപ്രമേയം ചർച്ച ചെയ്തിട്ടുണ്ടെങ്കിലും ഒരിക്കൽ മാത്രമാണ് അത് പാസായത്. 1964 ൽ ആർ ശങ്കർ മന്ത്രിസഭയ്ക്കെതിരെ പി എസ് പിയിലെ പി കെ കുഞ്ഞ് അവതരിപ്പിച്ച അവിശ്വാസം 50-നെതിരെ 73 വോട്ടുകൾക്ക് പാസായി. ഇതോടെ ശങ്കർ മന്ത്രിസഭയ്ക്ക് രാജിവെക്കേണ്ടി വന്നു. പി ടി ചാക്കോയുടെ രാജിയെത്തുടർന്ന് കോൺഗ്രസുമായി തെറ്റിപ്പിരിഞ്ഞ കെ എം ജോർജിന്റെ നേതൃത്വത്തിലുള്ള പതിനഞ്ച് എം എൽ എമാർ ശങ്കർ ഭരണത്തിന്റെ അന്ത്യംകുറിച്ചത്. നിയമസഭാചരിത്രത്തിൽ ആദ്യ അവിശ്വാസപ്രമേയത്തിന് നോട്ടീസ് നല്കിയത് പി എസ് പി അംഗമായിരുന്ന

സി ജി ജനാർദ്ദനനായിരുന്നു. 1961 ൽ ശങ്കർ മന്ത്രിസഭയ്ക്കെതിരെയായിരുന്നു അതും.

സ്പീക്കറുടെ കാസ്റ്റിങ് വോട്ടിന്റെ പിൻബലത്തിൽ തള്ളിപ്പോയ ഒരു അവിശ്വാസപ്രമേയവും ചരിത്രത്തിലുണ്ട്. 1982 ൽ കെ കരുണാകരൻ മന്ത്രിസഭയ്ക്കെതിരെ കോൺഗ്രസ് എസിലെ എ സി ഷൺമുഖദാസായിരുന്നു ആ പ്രമേയത്തിന്റെ അവതാരകൻ. ഏറ്റവും കൂടുതൽ അവിശ്വാസപ്രമേയങ്ങളെ നേരിട്ടതും കെ കരുണാകരനാണ്. വിവിധ കാലങ്ങളിലായി അവതരിപ്പിക്കപ്പെട്ട അഞ്ച് അവിശ്വാസപ്രമേയങ്ങളെയും അദ്ദേഹം അതിജീവിച്ചു. അങ്ങനെ വിശ്വസിച്ചും അവിശ്വസിച്ചും ഒന്നിച്ചും ഭിന്നിച്ചും പിന്നെയും യോജിച്ചും വിയോജിച്ചുമൊക്കെയാണ് നമ്മുടെ ഭരണം ഇങ്ങനെയൊക്കെയായത്.

എ കെ ജിയുടെ മതിൽചാട്ടവും പോക്കറ്റടിയും

ഇത് ഒരു മതിലുചാട്ടത്തിന്റെ കഥയാണ്. കൊട്ടാരമതിൽ ചാടിക്കടന്ന കഥ. മറക്കല്ലേ, ഇത് ചാനലുകളൊന്നും ഇല്ലാത്ത ഒരു കാലത്ത് നടന്ന സംഭവമാണ്. ഇന്നാണെങ്കിൽ മാധ്യമങ്ങളെ മുൻകൂട്ടി അറിയിച്ച് മതിലല്ല, കൊട്ടാരംവരെ ചാടിക്കടക്കാൻ തയ്യാറുള്ളവർ രാഷ്ട്രീയത്തിലുണ്ടല്ലോ. ഈ മതിൽ ചാടിയ ആൾക്ക് അന്ന് എഴുപതു വയസ്സുണ്ടായിരുന്നു. അത് എ കെ ജി എന്ന് ജനങ്ങൾ മന്ത്രിച്ചിരുന്ന ആയില്യത്ത് കുറ്റ്യേരി ഗോപാലൻ ആയിരുന്നു.

1972 ലാണ് സംഭവം. സി അച്യുതമേനോനാണ് മുഖ്യമന്ത്രി. എ കെ ജിയുടെ നേതൃത്വത്തിൽ മിച്ചഭൂമി സമരം നടക്കുന്ന കാലം. തിരുവിതാംകൂർ രാജകുടുംബാംഗം വക മുടവൻമുകൾ കൊട്ടാരവളപ്പിനുള്ളിലെ മിച്ചഭൂമി പിടിച്ചടക്കാനുള്ള തയ്യാറെടുപ്പിലാണ് എ കെ ജിയും സഖാക്കളും. കൊട്ടാരത്തിന്റെ കവാടത്തിൽ സായുധ പൊലീസ് കോട്ട കെട്ടിയിട്ടുണ്ട്. വയർലെസ് ഘടിപ്പിച്ച ഇടിവണ്ടികൾ വേറെ.

ആയിരക്കണക്കിനാളുകൾ 27 സന്നദ്ധ ഭടന്മാരെയും ആനയിച്ചുകൊണ്ട് വരികയാണ്. മുന്നിൽനിന്ന് നയിക്കുന്നത് എ കെ ജി. കൊട്ടാരവാതുക്കൽവെച്ച് സമരഭടന്മാരെ അറസ്റ്റു ചെയ്യാനായിരുന്നു പൊലീസിന്റെ പരിപാടി. എ കെ ജി നേരെ മതിലിനടുത്തേക്ക് നടന്നുനീങ്ങി. കണ്ണുചിമ്മുന്ന വേഗതയിൽ പൊലീസുകാരെല്ലാം പകച്ചുനില്ക്കുമ്പോൾ എ കെ ജി കൊട്ടാര മതിൽ ചാടി അകത്തു കടന്നു. 27 പേരും പിന്നാലെ ചാടി. കൊട്ടാരവളപ്പിൽ കുത്തിയിരുന്ന സമരഭടന്മാർ പ്രഖ്യാപിച്ചു - ഞങ്ങൾ ഈ മിച്ചഭൂമി പിടിച്ചെടുത്തിരിക്കുന്നു. അതേസമയം പുറത്ത് അണികളുടെ ഉച്ചത്തിലുള്ള മുദ്രാവാക്യമുയർന്നു. ഇതുപോലൊരു നാറിയ ഭരണം കേരള മക്കൾ കണ്ടിട്ടില്ല. പൊലീസ് നെട്ടോട്ടവും കുറിയോട്ടവും ഓടി. എ കെ ജിയെ അറസ്റ്റു ചെയ്യാൻ പൊലീസെത്തി.

വഴങ്ങാത്ത എ കെ ജിയെ ഒടുവിൽ ബലംപ്രയോഗിച്ചാണ് അറസ്റ്റു ചെയ്ത്. എ കെ ജിയെ അന്നുതന്നെ ജാമ്യത്തിൽ വിട്ടെങ്കിലും മറ്റുള്ളവരെയും വിടാതെ താൻ പോകുന്നില്ലെന്ന നിലപാടിലായി അദ്ദേഹം. അങ്ങനെ എല്ലാവരേയും ജയിലിലടച്ചു. പത്തു ദിവസത്തോളം എല്ലാവരും ജയിലിൽ കഴിഞ്ഞു. ഈ നിശ്ചയദാർഢ്യവും പോരാട്ട വീര്യവുമാണ് എ കെ ജിയെ പാവങ്ങളുടെ പടത്തലവനായി ജനഹൃദയങ്ങളിൽ ഇന്നും നിലനിർത്തുന്നത്.

മതിലുചാട്ടത്തേക്കാൾ സാഹസികമാണ് എ കെ ജിയുടെ പോക്കറ്റടിയുടെ കഥ. ഒരിക്കൽ വിദഗ്ദ്ധചികിത്സയ്ക്കായി അദ്ദേഹം സോവിയറ്റ് യൂണിയനിൽ പോയി. അവിടുത്തെ പ്രശസ്ത ഡോക്ടർമാർ അദ്ദേഹത്തോടു പറഞ്ഞു. ഇത്രയും അസുഖങ്ങളുള്ള ഒരാൾ ജീവിച്ചിരിക്കുന്നത്

വൈദ്യശാസ്ത്രത്തോടുള്ള വെല്ലുവിളിയാണ്. തിരിച്ചെത്തിയ എ കെ ജി വൈകാതെ കിടപ്പിലായി. കൊല്ലത്തെ വിഖ്യാത വൈദ്യനായിരുന്ന തേവാടി ടി കെ നാരായണക്കുറുപ്പ് എ കെ ജിയെ കാറിൽ കയറ്റി കൊല്ലത്തു കൊണ്ടുവന്നു. ആറുമാസം തന്റെ കൂടെ താമസിച്ചാൽ എല്ലാ അസുഖങ്ങളും മാറ്റിക്കൊടുക്കാമെന്ന് വാക്കും കൊടുത്തു. എന്നാൽ മൂന്നാം മാസം ആരോഗ്യം വീണ്ടെടുത്തപ്പോൾ അദ്ദേഹം പുറത്തുചാടി. വൈദ്യരറിയാതെ സ്ഥലം വിടുന്നതിനുമുമ്പ് ഇങ്ങനെ ഒരു കുറിപ്പെഴുതി വെക്കാനും മറന്നില്ല - 'വൈദ്യരെ നല്ല ഉന്മേഷം തോന്നുന്നു. പോകാൻ അനുവാദം ചോദിച്ചാൽ വൈദ്യർ തരില്ലല്ലോ. പോക്കറ്റിൽനിന്ന് മുപ്പതു റുപ്പിക എടുത്തിട്ടുണ്ട്' - ഇത്രയുമായിരുന്നു കുറിപ്പിലെ വാചകങ്ങൾ. അങ്ങനെ പോക്കറ്റടിച്ച മുപ്പതു രൂപയുമായി എ കെ ജി യാത്രയായി അടുത്ത പോരാട്ട ഭൂമിയിലേക്ക്.

ഇമ്മിണി ബല്യ ബേബി

റെവല്യൂഷണറി സോഷ്യലിസ്റ്റ് പാർട്ടി എന്ന ആർ എസ് പി പിന്നീട് ഏഴെസ്പിയും എട്ടെസ്പിയുമൊക്കെ ആയി പിള്ളേരുകളിയായെങ്കിലും ഒരുകാലത്ത് അതിന്റെ തലപ്പത്തുണ്ടായിരുന്ന നേതാക്കളെല്ലാം ജഗജില്ലികളായിരുന്നു. സ്വന്തം പാർട്ടി എക്കാലത്തും വളർച്ചയെത്താത്ത ഒരു ബേബിയായിരുന്നെങ്കിലും, ബേബി ജോൺ എന്ന നേതാവ് വെറുമൊരു ബേബിയായിരുന്നില്ല. നിയമസഭാചരിത്രത്തിലെ മുടിചൂടാമന്നനായിരുന്ന അദ്ദേഹം. ആർ എസ് പിയിൽ ആയിരുന്നതുകൊണ്ടു മാത്രം മുഖ്യമന്ത്രിയാകാതെ പോയ നേതാവ്.

പ്രതിസന്ധി ഉള്ളിടത്തെല്ലാം സന്ധിസംഭാഷണവുമായി എത്തിയിരുന്ന ബേബി ജോണിനെ അക്കാലത്തെ അമേരിക്കൻ വിദേശകാര്യ സെക്രട്ടറിയായിരുന്നു കിസിഞ്ജറോട് ചേർത്തുവെച്ച് കേരളാ കിസിഞ്ജർ എന്നാണ് വിളിച്ചിരുന്നത്. താനുൾപ്പെടുന്ന മുന്നണിയിലും സർക്കാരിലുമുണ്ടാകുന്ന ഏതു പ്രശ്നത്തിനും പരിഹാരവുമായി ഓടിനടന്നിരുന്ന ബേബി ജോണിന് ട്രബിൾ ഷൂട്ടർ എന്നൊരു വിളിപ്പേരും രാഷ്ട്രീയത്തിലുണ്ടായിരുന്നു.

വെട്ടാൻ വരുന്ന പോത്തിനോട് വേദമോതിയിട്ടു കാര്യമില്ലെങ്കിലും ബേബി ജോൺ അവിടെയും അരക്കൈ നോക്കും - അതായിരുന്നു രാഷ്ട്രീയത്തിലെ ബേബി ജോൺ. കയർക്കാനും കുതിര കേറാനും വരുന്നവർ ആരായാലും ബേബി ജോണിന് കൂസലില്ല. അത് പ്രതിപക്ഷ നേതാക്കളോ തൊഴിലാളിനേതാക്കളോ വിദ്യാർത്ഥിനേതാക്കളോ ആരായാലും നേരിടാൻ അദ്ദേഹം തയ്യാർ. ചർച്ചകൾക്കിടയിൽ ആരെങ്കിലും അധിക്ഷേപിച്ചാൽപ്പോലും ബേബി ജോൺ പ്രകോപിതനാകുകയില്ല. ചർച്ചകൾ മണിക്കൂറുകൾ നീണ്ടുപോയാലും അദ്ദേഹം അക്ഷമനാകില്ല, ചർച്ചയ്ക്കെത്തിയവർ ക്ഷീണിച്ചാലും അദ്ദേഹം ക്ഷീണം പ്രകടിപ്പിക്കു

കയില്ല. ഇതൊന്നുമല്ല, ചർച്ച ഏതൊക്കെ വഴിക്കു കറങ്ങി തിരിഞ്ഞാലും ഒടുവിൽ താൻ പിടിച്ചിടത്തു കൊണ്ടുകെട്ടാനും ബേബി ജോണിനറിയാമായിരുന്നു. എന്നാൽ പ്രതിപക്ഷത്തിന് ബേബിജോണിന്റെ ഇത്തരം സമവായ നീക്കങ്ങളൊന്നും അത്രയ്ക്ക് രസിച്ചിരുന്നില്ല. ശകുനി മന്ത്രി എന്നായിരുന്നു അദ്ദേഹത്തിന് അവർ ഇട്ടിരുന്ന ഇരട്ടപ്പേര്.

1960 ലെ രണ്ടാം നിയമസഭ മുതൽ പത്താം നിയമസഭവരെ ഒൻപതു തവണ എം എൽ എയായി. ആദ്യ മൂന്നുതവണ കരുനാഗപ്പള്ളിയിൽ നിന്നും പിന്നീട് ചവറയിൽ നിന്നുമാണ് അദ്ദേഹം സഭയിലെത്തിയത്.

1970 ൽ കരുനാഗപ്പള്ളിയിൽ കാഥികൻ വി സാംബശിവനായിരുന്നു ബേബി ജോണിന്റെ എതിരാളി. ഇരുമുന്നണികളിലായി റവന്യൂ, വിദ്യാഭ്യാസം, കൃഷി, തൊഴിൽ സഹകരണവകുപ്പുകൾ കൈകാര്യം ചെയ്തിരുന്ന അദ്ദേഹത്തിന് എല്ലാറ്റിലും ഒരു ബേബി ജോൺ ടച്ച് കൊണ്ടുവരാൻ കഴിഞ്ഞു.

എനിക്ക് വോട്ടു ചെയ്യരുതെന്ന് അഭ്യർത്ഥിക്കുകയാണ്...

പ്രിയപ്പെട്ട നാട്ടുകാരെ, നിങ്ങളുടെ വിലയേറിയ സമ്മതിദാനാവകാശം രേഖപ്പെടുത്തി എന്നെ വിജയിപ്പിക്കരുതെന്ന് ഞാൻ അഭ്യർത്ഥിക്കുകയാണ്, അപേക്ഷിക്കുകയാണ് - ഇങ്ങനെ ഒരു സ്ഥാനാർത്ഥി ഉച്ചഭാഷിണിയിലൂടെ വിളിച്ചുപറയും എന്നു ആലോചിക്കാൻ പോലും പറ്റുമോ. എന്നാൽ അധികം ആലോചിച്ചു വിഷമിക്കേണ്ട. സംഭവം ചരിത്രമാണ്. ഒരിക്കൽ അങ്ങനെയും ഒരു ഉച്ചഭാഷിണി കേരളത്തിൽ മുഴങ്ങി.

1977 ലെ തിരഞ്ഞെടുപ്പിലായിരുന്നു സംഭവം. 1967 ലെ രണ്ടാം ഇ എം എസ് സർക്കാരിൽ മന്ത്രിയായിരുന്ന ബി വെല്ലിങ്ടണായിരുന്നു കക്ഷി. 1967 ൽ കല്പറ്റയിൽനിന്നാണ് അദ്ദേഹം വിജയിച്ചത്. സപ്തകക്ഷി മുന്നണിയിൽ കെ ടി പി (കർഷക തൊഴിലാളി പാർട്ടി) യുടെ പ്രതിനിധിയായിരുന്ന വെല്ലിങ്ടൺ ആരോഗ്യമന്ത്രിയായിരുന്നു. മന്ത്രിയായിരിക്കെ അഴിമതി ആരോപണങ്ങളെത്തുടർന്ന് രാജിവെക്കേണ്ടി വന്ന വെല്ലിങ്ടണെ സി പി ഐ (എം) 1970 ലെ തിരഞ്ഞെടുപ്പിൽ പള്ളുരുത്തിയിൽ വീണ്ടും നിർത്തി വിജയിപ്പിച്ചു. സീറ്റുനല്കുമെന്ന മുൻ ധാരണയുടെ അടിസ്ഥാനത്തിൽ 1977 ലും അദ്ദേഹം പള്ളുരുത്തിയിൽ നാമനിർദ്ദേശപത്രിക സമർപ്പിച്ചു. പ്രവർത്തനവും തുടങ്ങി. പക്ഷേ, അന്തിമപട്ടിക വന്നപ്പോൾ സി പി ഐ (എം) വെല്ലിങ്ടണെ ഒഴിവാക്കി പകരം എം എം ലോറൻസിന് സീറ്റ് നല്കി.

അവസാന മണിക്കൂറിൽ പത്രിക പിൻവലിച്ചാൽ കാശുവാങ്ങി പിൻവലിച്ചു എന്ന ആരോപണത്തെ ഭയന്ന വെല്ലിങ്ടൺ അതിനൊരു പരിഹാരം കണ്ടെത്തി. സ്വന്തം കാറിൽ മൈക്കു കെട്ടി താൻ സ്ഥാനാർത്ഥിയല്ലെന്നും അതിനാൽ നിങ്ങളുടെ വിലയേറിയ വോട്ടുകൾ നല്കരുതെന്നും മണ്ഡലത്തിലെ മുക്കിലും മൂലയിലും പോയി വിളിച്ചു പറഞ്ഞു.

1928 ൽ കൊല്ലത്തു ജനിച്ച വെല്ലിങ്ടൺ കോൺഗ്രസ് പ്രവർത്തക

നായിട്ടായിരുന്നു രാഷ്ട്രീയപ്രവർത്തനം ആരംഭിച്ചത്. ഫാദർ വടക്കനൊപ്പം മാർക്സിസ്റ്റുവിരുദ്ധമുന്നണിയുടെ നേതാവായി. പിന്നീട് വടക്കനച്ചൻ സ്ഥാപിച്ച കർഷകത്തൊഴിലാളിപ്പാർട്ടിയുടെ അമരക്കാരനായി. കർഷകരുടെ അവകാശങ്ങൾക്കുവേണ്ടി സമരങ്ങളും ജാഥകളും സംഘടിപ്പിച്ചു. 1965 ൽ കെ ടി പിയുടെ പ്രതിനിധിയായിട്ടാണ് ആദ്യം തിരഞ്ഞെടുപ്പിനെ നേരിട്ടത്. അന്നദ്ദേഹം രണ്ടിടത്തു മത്സരിച്ചു. കല്പറ്റയിലും മണലൂരിലും. കല്പറ്റയിൽ കേരളാകോൺഗ്രസ് സ്ഥാനാർത്ഥി ജോസഫ് പുലിക്കുന്നേലിനെ തോല്പിച്ച അദ്ദേഹം മണലൂരിൽ കോൺഗ്രസിലെ ഐ എം വേലായുധനോട് പരാജയപ്പെട്ടു. ആർക്കും ഭൂരിപക്ഷമില്ലാതെ ആ നിയമസഭ പിരിച്ചുവിട്ടു. പിന്നീടാണ് കെ ടി പി സപ്തകക്ഷിമുന്നണിയിലെ ഘടകകക്ഷിയായത്.

1977 ൽ സജീവ രാഷ്ട്രീയം ഉപേക്ഷിച്ച വെല്ലിങ്ടൺ സാമൂഹിക പ്രവർത്തനത്തിലേക്കും പ്രഭാഷണങ്ങളിലേക്കും തിരിഞ്ഞു. രാഷ്ട്രീയ പ്രവർത്തകനായിരുന്ന കാലത്ത് വെല്ലിങ്ടണെപ്പോലെ തന്നെ പ്രസിദ്ധ

മായിരുന്നു അദ്ദേഹത്തിന്റെ ചുരുട്ടും അമ്പാസിഡർ കാറും. അക്കാലത്ത് അദ്ദേഹത്തിന്റെ കാറിൽ കയറാത്തവർ അധികമുണ്ടായിരുന്നില്ല. സമരത്തിന്റെ ഭാഗമായി പലതവണ കാർ പൊലീസ് കസ്റ്റഡിയിലും കിടന്നിട്ടുണ്ട്. ഞാനാണെങ്കിൽ കിടക്കയേക്കാളേറെ ആ കാറിലാണ് കിടന്നിട്ടുള്ളത് എന്നാണ് വെല്ലിങ്ടൺ പറഞ്ഞിരുന്നത്.

കസേരദാനം മഹാദാനം

സ്ഥാനമാനങ്ങൾക്കുവേണ്ടി അരയും തലയും മുറുക്കി പരസ്യമായും രഹസ്യമായും രംഗത്തിറങ്ങുന്ന രാഷ്ട്രീയക്കാർക്കിടയിൽ സ്ഥാനത്യാഗംകൊണ്ട് ശ്രദ്ധേയരായ ചിലരെയും കേരളത്തിന്റെ രാഷ്ട്രീയ ഭൂപടത്തിൽ കാണാം. 1977 ൽ അപ്രതീക്ഷിതമായി മുഖ്യമന്ത്രി പദത്തിലെത്തിയ എ കെ ആന്റണി ആ സമയം എം എൽ എയായിരുന്നില്ല. ആന്റണിക്കു വേണ്ടി എം എൽ എ സ്ഥാനം രാജിവെച്ചുകൊണ്ട് കഴക്കൂട്ടം എം എൽ എയായിരുന്ന തലേക്കുന്നിൽ ബഷീറാണ് ഇക്കാര്യത്തിൽ ആദ്യമാതൃകയായത്. തുടർന്നുനടന്ന കഴക്കൂട്ടം ഉപതിരഞ്ഞെടുപ്പിൽ ആന്റണി തന്നെ ജയിച്ചു കയറി.

പിന്നീട് 1980 ൽ നിലമ്പൂർ എം എൽ എയായിരുന്ന സി ഹരിദാസിന്റെ ഊഴമായിരുന്നു. ഇ കെ നായനാർ മന്ത്രിസഭയിൽ മന്ത്രിയായ ആര്യാടൻ മുഹമ്മദ് അന്ന് എം എൽ എയായിരുന്നില്ല. ആര്യാടനു മത്സരിക്കാൻ വേണ്ടി ഹരിദാസ് സ്ഥാനമൊഴിഞ്ഞു. പത്തുദിവസമാണ് ഹരിദാസിന് എം എൽ എയായി തുടരാനായത്. ഏതായാലും ഉപതിരഞ്ഞെടുപ്പിൽ കോൺഗ്രസ് ഐക്കാരനായ മുല്ലപ്പള്ളി രാമചന്ദ്രനെ തോല്പിച്ച് ആര്യാടൻ മന്ത്രിസ്ഥാനം ഉറപ്പിച്ചു.

1996 ൽ മുഖ്യമന്ത്രിയായ ഇ കെ നായനാരും അന്ന് എം എൽ എ അല്ലായിരുന്നു. മുഖ്യമന്ത്രിയാകുമെന്നു കരുതിയ വി എസ് അച്യുതാനന്ദന്റെ മാരാരിക്കുളത്തെ അപ്രതീക്ഷിത തോല്‌വി നായനാരെ വീണ്ടും മുഖ്യമന്ത്രിപദവിയിലെത്തിക്കുകയായിരുന്നു. നായനാരെ തലശ്ശേരിയിൽ മത്സരിപ്പിക്കാനായിരുന്നു പാർട്ടി തീരുമാനം. അതിനായി തലശ്ശേരിയിൽ നിന്നു ജയിച്ച കെ പി മമ്മുമാസ്റ്റർ എം എൽ എ സ്ഥാനം രാജിവെച്ചു. നായനാർ വൻ ഭൂരിപക്ഷംനേടി മുഖ്യമന്ത്രിക്കസേരയിൽ ഉറച്ചിരുന്നു.

2004 ൽ കെ പി സി സി പ്രസിഡന്റ് സ്ഥാനം രാജിവെച്ച് കെ മുര

ളീധരൻ എ കെ ആന്റണി മന്ത്രിസഭയിൽ അംഗമായപ്പോൾ മുരളീധരനും എം എൽ എയായിരുന്നില്ല. അദ്ദേഹത്തിനുവേണ്ടി സ്ഥാനത്യാഗം ചെയ്യാൻ തയ്യാറായത് വടക്കാഞ്ചേരി എം എൽ എയായിരുന്ന വി ബലറാം ആയിരുന്നു. ഗ്രൂപ്പിസം കൊടുമ്പിരികൊണ്ട നാളിൽ നടന്ന ഉപതിരഞ്ഞെടുപ്പിൽ കോൺഗ്രസിന്റെ ഉറച്ച സീറ്റായ വടക്കാഞ്ചേരിയിൽ, ബലറാം 9031 വോട്ടുകൾക്കു ജയിച്ച മണ്ഡലത്തിൽ പക്ഷേ, മുരളീധരൻ പരാജയപ്പെട്ടു. അതോടെ പാർട്ടിയിലുള്ള ബലറാമിന്റെ ബലവും മുരളീധരന്റെ മന്ത്രിസ്ഥാനവും പോയി.

അവിവാഹിതനെ എന്തിനു കൊള്ളാം

ആയിരത്തിത്തൊള്ളായിരത്തി എഴുപത്തിയേഴിൽ വൻ ഭൂരിപക്ഷത്തോടെ അധികാരത്തിലേറിയ മുഖ്യമന്ത്രി കെ കരുണാകരന് രാജൻ കേസിലുണ്ടായ കോടതി പരാമർശത്തെത്തുടർന്ന് രാജിവെക്കേണ്ടിവന്നു. അപ്പോഴാണ് ആ തിരഞ്ഞെടുപ്പിൽ മത്സരിക്കാതിരുന്ന എ കെ ആന്റണിക്ക് മുഖ്യമന്ത്രിയാകാനുള്ള നറുക്ക് വീണത്. മുഖ്യമന്ത്രിയാകുമ്പോൾ മുപ്പത്തിയാറുകാരനായ ആന്റണി അവിവാഹിതനായിരുന്നു. ആ സമയം എം എൽ എ അല്ലാതിരുന്ന ആന്റണി കഴക്കൂട്ടത്തു നടന്ന ഉപതിരഞ്ഞെടുപ്പ് ജയിച്ചാണ് മുഖ്യമന്ത്രി കസേര ഉറപ്പിച്ചത്. കഴക്കൂട്ടം ഉപതിരഞ്ഞെടുപ്പ് ഇരുകൂട്ടർക്കും വലിയൊരു രാഷ്ട്രീയ വെല്ലുവിളിയായിരുന്നു.

ഇടതുസ്വതന്ത്രൻ അഡ്വക്കേറ്റ് പിരപ്പൻകോട് ശ്രീധരൻ നായരായിരുന്നു ആന്റണിയുടെ മുഖ്യഎതിരാളി. ആദർശത്തിന് ആമുഖമെഴുതിയ ആദർശകേരളത്തിന്റെ ആദർശപുത്രൻ എന്നൊക്കെയായിരുന്നു കോൺഗ്രസുകാരുടെ ഉച്ചഭാഷിണി പ്രയോഗങ്ങളും പ്രസംഗങ്ങളും മുദ്രാവാക്യങ്ങളുംമെല്ലാം.

അതിനുള്ള സി പി ഐ (എം)ന്റെ വിമർശനം കേൾവിക്കാരിൽ ചിരിയുണർത്തുന്നതായിരുന്നു - ആന്റണി ബീഡി വലിക്കില്ല, കള്ളു കുടിക്കില്ല, കല്യാണം കഴിക്കില്ല, എന്നൊക്കെയാണ് പറയുന്നത്. എല്ലാവരും ആന്റണിയെപ്പോലായാൽ ഈ നാടിന്റെ സ്ഥിതിയെന്തായിരിക്കും. എല്ലാവരും ബീഡി വലിക്കാതായാൽ ബീഡിത്തൊഴിലാളികൾ എന്തു ചെയ്യും. എല്ലാവരും കള്ളു കുടിക്കാതായാൽ ചെത്തു തൊഴിലാളികൾ എന്തു ചെയ്യും. എല്ലാവരും കല്യാണം കഴിക്കാതായാൽ പെണ്ണുങ്ങൾ എന്തു ചെയ്യും.

കേന്ദ്രത്തിൽനിന്ന് ജനതാപാർട്ടി നേതാക്കളും രാജന്റെ അച്ഛൻ പ്രൊഫസർ ഈച്ചരവാര്യരുമൊക്കെ അന്ന് ആന്റണിക്കെതിരെ രംഗത്തിറങ്ങി

യിരുന്നു.

ഏതായാലും ഫലം വന്നപ്പോൾ ആന്റണി തന്നെ വിജയിച്ചു. അതിനുശേഷം, ബീഡി വലിയും കള്ളുകുടിയും ഇതേവരെ തുടങ്ങിയതായി അറിയില്ലെങ്കിലും വർഷങ്ങൾക്കുശേഷം 1985 മാർച്ച് 17 ന് ബാങ്കു ഉദ്യോഗസ്ഥയായ എലിസബത്തിനെ ആന്റണി വിവാഹം കഴിച്ചു എന്നത് യാഥാർത്ഥ്യമാണ്.

ലോക്കപ്പിലായ നിയുക്ത മന്ത്രി

ആയിരത്തിത്തൊള്ളായിരത്തി എഴുപത്തിഏഴിലെ എ കെ ആന്റണി മന്ത്രിസഭയിൽ സി പി ഐയിൽ നിന്നുള്ള മന്ത്രിമാർ മൂന്നുപേരായിരുന്നു. പി കെ വാസുദേവൻനായർ, ജെ ചിത്തരഞ്ജൻ, കാന്തലോട്ട് കുഞ്ഞമ്പു. നാദാപുരത്തുനിന്നു നിയമസഭയിലെത്തിയ സമരപോരാളിയാണ് കുഞ്ഞമ്പു. ശരീരത്തിൽ വെടിയുണ്ടയുമായി ജീവിക്കുന്നയാൾ. നിനച്ചിരിക്കാതെ മന്ത്രിയാകുന്ന വിവരം അറിഞ്ഞ കുഞ്ഞമ്പു ആ വിവരമറിയിക്കാനായി വീട്ടിൽ പോകണമെന്നു തോന്നി. തികച്ചും സ്വാഭാവികം. ടിക്കറ്റില്ലാതെ മറ്റൊരാളുടെ ടിക്കറ്റുമായി വണ്ടിയിൽ കയറിയ നിയുക്ത മന്ത്രിയെ ടി ടി ഇ കൈയോടെ പിടികൂടി.

പുലർച്ചെ രണ്ടു മണിക്ക് കൊല്ലംറെയിൽവേ പൊലീസിൽനിന്ന് സി പി ഐയുടെ മുഖപത്രമായ *ജനയുഗ*ത്തിന്റെ കൊല്ലം ഓഫീസിലേക്ക് ഫോൺ വന്നതോടെയാണ് സംഭവങ്ങളുടെ തുടക്കം. കള്ളവണ്ടി കയറി വന്ന ഒരാളെ കസ്റ്റഡിയിൽ എടുത്തിട്ടുണ്ട്. *ജനയുഗ*ത്തിൽ അയാളെ പരിചയമുള്ളവരുണ്ട് എന്നു പറയുന്നു എന്നാണ് ഫോണിൽ എസ് ഐ അറിയിച്ചത്. *ജനയുഗ*ത്തിലുള്ളവർ ഉടനെ സ്റ്റേഷനിലെത്തി. ഈ സമയം പൊടി നിറഞ്ഞ, ദുർഗ്ഗന്ധം വമിക്കുന്ന ലോക്കപ്പു മുറിയിൽ പഴയ പേപ്പർ വിരിച്ച് കൂർക്കംവലിച്ചുറങ്ങുകയായിരുന്നു കക്ഷി. അവർ ആളെ കണ്ടു ഞെട്ടി. കാന്തലോട്ട് കുഞ്ഞമ്പു, നിയുക്തമന്ത്രി. പൊലീസുകാർ ഞെട്ടി വിറച്ചു.

കുഞ്ഞമ്പുവിന്റെ സംഭവവിവരണം ഇങ്ങനെ- പാർട്ടിയോഗത്തിൽ താനാണ് മന്ത്രി എന്നറിഞ്ഞപ്പോൾ വീട്ടുകാരെ കാണണമെന്നും പയ്യാമ്പലത്തുള്ള പി കൃഷ്ണപിള്ള സ്മാരകത്തിൽ പുഷ്പചക്രം അർപ്പിക്കണമെന്നും തോന്നി. അപ്പോഴേക്കും കണ്ണൂർ എക്സ്പ്രസിനുള്ള സമയമായി. ടിക്കറ്റു കിട്ടാൻ ഒരു വഴിയുമില്ല. ഒടുവിൽ ആ വഴിയിൽ പോകാ

നിരുന്ന കല്ലാട്ടു കൃഷ്ണനിൽനിന്ന് ടിക്കറ്റ് പിടിച്ചുവാങ്ങി വണ്ടിയിൽ കയറി. ടി ടി പരിശോധനയ്ക്കു വന്നപ്പോൾ ടിക്കറ്റിലുള്ള പേരു തന്നെയാണ് കുഞ്ഞമ്പു പറഞ്ഞത്. പ്രമുഖ ട്രേഡ് യൂണിയൻ നേതാവായ കല്ലാട്ടു കൃഷ്ണനെ ടി ടി ഇയ്ക്കു പരിചയമുണ്ടെന്ന കാര്യം കുഞ്ഞമ്പുവിന് അറിയില്ലല്ലോ. മൂന്നാം ദിവസം സത്യപ്രതിജ്ഞ ചെയ്യേണ്ട മന്ത്രിയാണിതെന്ന് ടി ടി ഇയ്ക്കും അറിയില്ലല്ലോ. കുഞ്ഞമ്പുവാകട്ടെ തന്റെ കേമത്തമൊന്നും വിളമ്പാനും പോയില്ല. തീയിൽ കുരുത്ത കുഞ്ഞമ്പു ഉണ്ടോ തീവണ്ടിയിൽ വാടുന്നു. അവർ അദ്ദേഹത്തെ നേരെ കൊണ്ടുവന്ന് ലോക്കപ്പിലടച്ചു. തുടർന്നായിരുന്നു എസ് ഐയുടെ ഫോൺവിളിയും *ജനയുഗം* സഖാക്കളുടെ ഇടപെടലുമൊക്കെ നടന്നത്. ഒടുവിൽ കുഞ്ഞമ്പുവിന്റെ കണ്ണൂർ യാത്ര മുടങ്ങിയെന്നു മാത്രമല്ല, കേസെടുത്തതുകൊണ്ട് പിഴയൊടുക്കേണ്ടിയും വന്നു. ഏതായാലും സത്യപ്രതിജ്ഞ മുടങ്ങിയില്ല. കാന്തലോട്ട് കുഞ്ഞമ്പു കേരളത്തിന്റെ വനംമന്ത്രിയായി.

കെ എം ജോർജും സെന്റ് ജോർജും

കേരളാ കോൺഗ്രസ് 1964 ഒക്ടോബർ ഒൻപതിന് പിറന്നുവീണപ്പോൾ പാർട്ടിയുടെ ചെയർമാനായത് കെ എം ജോർജ് ആയിരുന്നു. കേരളാ കോൺഗ്രസുകാരനായി രാഷ്ട്രീയപ്രവർത്തനം തുടങ്ങിയ ലോനപ്പൻ നമ്പാടൻ മാഷ് ഒരിക്കൽ സ്ഥാപക ചെയർമാനായ കെ എം ജോർജിനെ ഉപമിച്ചത് ഗീവർഗീസ് പുണ്യവാളനോട് (സെന്റ് ജോർജ്) ആയിരുന്നു.

കുതിരപ്പുറത്തിരുന്ന് വിഷസർപ്പത്തെ കുത്തിമലർത്തുന്നതാണല്ലോ സെന്റ് ജോർജിന്റെ രൂപം. അതുവെച്ചുള്ള നമ്പാടൻ മാഷിന്റെ താരതമ്യങ്ങൾ ഇങ്ങനെപോയി – പാർട്ടി ചെയർമാനായ സെന്റ് ജോർജ് കുതിരപ്പുറത്തിരുന്ന് കമ്യൂണിസമാകുന്ന വിഷസർപ്പത്തെ കുന്തംകൊണ്ട് കുത്തിമലർത്തി ജനാധിപത്യമാകുന്ന രാജകുമാരിയെ രക്ഷപ്പെടുത്തുന്നു. കേരളാകോൺഗ്രസിന്റെ സ്ഥാപകചിഹ്നം കുതിരയാണല്ലോ. വിശുദ്ധനും കുതിരപ്പുറത്താണ് ഇരിക്കുന്നത്. അതുപോലെ മീശയുള്ള ഏക വിശുദ്ധൻ സെന്റ് ജോർജാണ്. കേരളാ കോൺഗ്രസുകാർക്കെല്ലാം മീശയുണ്ടായിരിക്കും.

പില്ക്കാലത്ത് കെ എം മാണിയും പി ജെ ജോസഫും തമ്മിലുള്ള ഗ്രൂപ്പുവഴക്ക് മൂത്തപ്പോൾ കേരളാ കോൺഗ്രസിന് കുതിര ചിഹ്നം നഷ്ടമായി. പഴയതുപോലെ ആശയും മീശയുമുള്ളവർ പാർട്ടിയിലുണ്ടെങ്കിലും മീശപിരിച്ചിട്ടൊന്നും ഒരു രക്ഷയുമില്ലെന്നായി.

ഇത്തരം ഉപമകളൊക്കെ കണ്ടുപിടിച്ച ലോനപ്പൻ നമ്പാടനാകട്ടെ കേരളാകോൺഗ്രസ് വിട്ട് കെ എം ജോർജ് പുണ്യവാളൻ കുത്തിമലർത്തും എന്നു വിചാരിച്ച കമ്യൂണിസ്റ്റുപാർട്ടിയിലും ചേർന്നു. നമ്പാടൻ മാഷിന്റെ പഴയ സെന്റ്ജോർജ് ആയിരുന്ന കെ എം ജോർജിന്റെ മകൻ സെന്റ്ജോർജ് ജൂനിയറായ ഫ്രാൻസീസ് ജോർജും ഇപ്പോൾ സ്വന്തം പാർട്ടിയുമായി കമ്യൂണിസ്റ്റുമുന്നണിയിലാണ് എന്നതാണ് മറ്റൊരു കൗതുകം.

നായനാരും കരുണാകരനും പിന്നെ മേനോനും

കേരളത്തിൽ ആദ്യം അധികാരത്തിലെത്തിയതും കൂടുതൽ കാലം മുഖ്യമന്ത്രിയായതും കൂടുതൽ കാലം തുടർച്ചയായി മുഖ്യമന്ത്രിയായതും കമ്യൂണിസ്റ്റ് മുഖ്യമന്ത്രിമാരാണ്. ഇ എം ശങ്കരൻ നമ്പൂതിരിപ്പാടും ഇ കെ നായനാരും സി അച്യുതമേനോനും.

മൂന്നുതവണ കേരളത്തിന്റെ മുഖ്യമന്ത്രിയായ നായനാരാണ് ഏറ്റവും കൂടുതൽ കാലം കേരളം ഭരിച്ചത്. 1980 ലും 1987 ലും 1996 ലും അദ്ദേഹം കേരളം ഭരിച്ചു. ഇതിൽ 1996 ൽ മാത്രമാണ് അഞ്ചുവർഷവും തികച്ചു ഭരിക്കാനായത് എന്നു മാത്രം.

ഏറ്റവും കൂടുതൽ കാലം തുടർച്ചയായി മുഖ്യമന്ത്രിയായതിന്റെ ബഹുമതി സി അച്യുതമേനോന് അവകാശപ്പെട്ടതാണ്. 1969 ൽ ഇടക്കാല സർക്കാരിനെ നയിച്ച അദ്ദേഹം 1970 ലെ തിരഞ്ഞെടുപ്പിലും ജയിച്ചു മുഖ്യമന്ത്രിയായി. ആ നിയമസഭയുടെ കാലാവധി 1975 ൽ അവസാനിക്കേണ്ടതായിരുന്നെങ്കിലും അടിയന്തരാവസ്ഥയെത്തുടർന്ന് 1977 വരെ നീണ്ടു. കേരളത്തിൽ ആദ്യമായി അഞ്ചുവർഷം തികച്ചു ഭരിച്ച മുഖ്യമന്ത്രിയും അച്യുതമേനോനാണ്.

അതേസമയം, ഏറ്റവും കൂടുതൽ തവണ സംസ്ഥാന മുഖ്യമന്ത്രിയായതിന്റെ ചരിത്രം കെ കരുണാകരനൊപ്പമാണ്. അദ്ദേഹം 1977 ലും 1981 ലും 1982 ലും 1991 ലുമായി നാലു തവണ അദ്ദേഹം കേരളം ഭരിച്ചു. 1982 ൽ മാത്രമാണ് കാലാവധി പൂർത്തിയാക്കാനായതെന്നു മാത്രം.

1979 മുതൽ 51 ദിവസം മാത്രം മുഖ്യമന്ത്രിക്കസേരയിലിരുന്ന സി എച്ച് മുഹമ്മദ് കോയയാണ് ഏറ്റവും കുറച്ചു കാലം കേരളം ഭരിച്ച മുഖ്യമന്ത്രി. എ കെ ആന്റണി മൂന്നുതവണയും ഇ എം എസ് രണ്ടു തവണയും മുഖ്യമന്ത്രിയായെങ്കിലും രണ്ടുപേർക്കും അഞ്ചുവർഷം തികച്ചു ഭരിക്കാനുള്ള ഭാഗ്യമുണ്ടായില്ല. ആന്റണി രണ്ടു തവണ മുഖ്യമന്ത്രിയായത് കെ കരുണാകരന്റെ രാജിയെത്തുടർന്നായിരുന്നു എന്ന പ്രത്യേകതയുമുണ്ട്.

ഉപമുഖ്യമന്ത്രിമാർ ഒരു തരം, രണ്ടു തരം, മൂന്നു തരം

കേരളത്തിൽ ഇതേവരെ മൂന്നു ഉപമുഖ്യമന്ത്രിമാരാണ് ഉണ്ടായിട്ടുള്ളത്. ഒരാൾ കോൺഗ്രസുകാരനും രണ്ടു പേർ മുസ്ലീംലീഗിൽ നിന്നുള്ളവരും. 1960 ലെ പട്ടം താണുപിള്ള മന്ത്രിസഭയിൽ ഉപമുഖ്യമന്ത്രിയായ ആർ ശങ്കറാണ് കേരളത്തിന്റെ ആദ്യ ഉപമുഖ്യമന്ത്രി. കണ്ണൂരിൽനിന്നു ജയിച്ച് മന്ത്രിയായ ശങ്കർ അന്ന് ധനകാര്യമന്ത്രിയുമായിരുന്നു. ബജറ്റ് അവതരിപ്പിച്ച ആദ്യ കോൺഗ്രസ് മന്ത്രി അദ്ദേഹമായിരുന്നു. ഒടുവിൽ 1962 ൽ മുഖ്യമന്ത്രിയായ പട്ടം താണുപിള്ള പഞ്ചാബിലെ ഗവർണറായി പോയപ്പോൾ ശങ്കർ മുഖ്യമന്ത്രിയായി.

ശങ്കർ ഉപമുഖ്യമന്ത്രിയായശേഷമാണ് മുഖ്യമന്ത്രിയായതെങ്കിൽ മുഖ്യമന്ത്രിയായശേഷം ഉപമുഖ്യമന്ത്രിയായ ഏക നേതാവ് എന്ന ബഹുമതിക്കുടമയാണ് മുസ്ലീംലീഗിലെ സി എച്ച് മുഹമ്മദ് കോയ. 1979 ൽ മുഖ്യമന്ത്രിയായ അദ്ദേഹം 1981 ലെ കെ കരുണാകരന്റെ കാസ്റ്റിങ് മന്ത്രിസഭയിലാണ് ആദ്യം ഉപമുഖ്യമന്ത്രിയായത്. തുടർന്ന് 1982 ലെ കെ കരുണാകരൻ മന്ത്രിസഭയിൽ വീണ്ടും ഉപമുഖ്യമന്ത്രിയായി. ഈ പദവി രണ്ടുപ്രാവശ്യം അലങ്കരിച്ച ഏക നേതാവും സി എച്ച് തന്നെ. 1983 ൽ സി എച്ചിന്റെ മരണത്തെത്തുടർന്ന് ലീഗിലെ അവുക്കാദർക്കുട്ടി നഹ ഉപമുഖ്യമന്ത്രിയായി. അദ്ദേഹമാണ് ഇതുവരെയുള്ള ചരിത്രത്തിൽ സംസ്ഥാനത്തെ അവസാനത്തെ ഉപമുഖ്യമന്ത്രി.

ഹരിദാസിന്റെ പത്തുദിവസം

നിയമസഭാംഗങ്ങൾ എന്ന നിലയിൽ രജതജൂബിലിയും സുവർണ്ണ ജൂബിലിയുമൊക്കെ ആഘോഷിക്കുന്ന നാട്ടിൽ വെറും പത്തു ദിവസം മാത്രം നിയമസഭ കണ്ട ഒരാളുണ്ട്. സി ഹരിദാസ് എന്നാണ് അദ്ദേഹത്തിന്റെ പേര്. കേരളത്തിൽ ഏറ്റവും കുറഞ്ഞ കാലം നിയമസഭാംഗമായ ആളെന്ന ചരിത്രവും ഇദ്ദേഹത്തിന്റെ പേരിലാണ്. 1980 ലെ തിരഞ്ഞെടുപ്പിൽ നിലമ്പൂരിൽ നിന്നാണ് ഹരിദാസിന്റെ സഭാപ്രവേശം. അന്ന് എ കെ ആന്റണിയോടൊപ്പം അരശ് കോൺഗ്രസിലായിരുന്ന ഹരിദാസ് സി പി എം നേതാവ് ടി കെ ഹംസയെ 6423 വോട്ടിന് തോല്പിച്ചാണ് നിയമസഭയിലെത്തിയത്. 1980 ഫെബ്രുവരി 15 ന് എം എൽ എയായ ഹരിദാസ് ഫെബ്രുവരി 25 ന് രാജിവെച്ചു.

ഇടതുപക്ഷവും കോൺഗ്രസ് (യു) വും കേരളാ കോൺഗ്രസ് മാണി വിഭാഗവും ചേർന്നുണ്ടാക്കിയ അന്നത്തെ ഇ കെ നായനാർ മന്ത്രിസഭയിൽ അന്ന് എം എൽ എ അല്ലാതിരുന്ന ആര്യാടൻ മുഹമ്മദിനെ മന്ത്രിയാക്കാൻ ആന്റണി തീരുമാനിച്ചു. ഇതേത്തുടർന്ന് ആര്യാടന് മത്സരിക്കാൻ വേണ്ടിയാണ് ഹരിദാസ് സ്ഥാനത്യാഗം ചെയ്തത്. ഉപതിരഞ്ഞെടുപ്പിൽ ആര്യാടൻ മുഹമ്മദും ഇന്ദിരാകോൺഗ്രസിലെ മുല്ലപ്പള്ളി രാമചന്ദ്രനും തമ്മിലായിരുന്നു മത്സരം. ആര്യാടൻ 17, 841 വോട്ടുകൾക്ക് ജയിച്ചുകയറി. ആര്യാടൻ പിന്നീട് കാൽനൂറ്റാണ്ടിലേറെ എം എൽ എയൊക്കെയായെങ്കിലും ഹരിദാസിനെ തേടി പിന്നീട് എം എൽ എ സ്ഥാനമെത്തിയില്ല. സീറ്റൊഴിഞ്ഞു കൊടുത്തതിന്റെ പ്രത്യുപകാരമായി ഹരിദാസിന് അന്ന് രാജ്യസഭാ സീറ്റ് നല്കിയെന്നു മാത്രം.

പുരുഷന്മാരിൽ ഹരിദാസാണെങ്കിൽ കേരളത്തിൽ ഏറ്റവും കുറച്ചുകാലം എം എൽ എയായ വനിത റേച്ചൽ സണ്ണി പനവേലിയാണ്. 1986 ൽ റാന്നിയിൽ നടന്ന ഉപതിരഞ്ഞെടുപ്പിലൂടെയാണ് അവർ നിയമ

സഭയിലെത്തിയത്. 1982 ലെ തിരഞ്ഞെടുപ്പിൽ റാന്നിയിലെ എം എൽ എ കോൺഗ്രസ് എസിലെ സണ്ണി പനവേലിയായിരുന്നു. 1985 ൽ സണ്ണി പനവേലി അന്തരിച്ചു. ഇതേത്തുടർന്നു 1986 ൽ നടന്ന ഉപതിരഞ്ഞെടുപ്പിലാണ് അദ്ദേഹത്തിന്റെ ഭാര്യ റേച്ചൽ മത്സരത്തിനിറങ്ങിയത്. കോൺഗ്രസിലെ എം സി ചെറിയാനെ 623 വോട്ടുകൾക്കാണ് അവർ പരാജയപ്പെടുത്തിയത്.

മാളയിലെ മാണിക്യവും നേമത്തെ നെയ്യപ്പവും

തൃശൂർജില്ലയിലെ മാള 1965 മുതൽ കെ കരുണാകരന്റെ തട്ടകമായിരുന്നു. തുടർച്ചയായി എട്ടുതവണ കെ കരുണാകരനെ നിയമസഭയിലെത്തിച്ച നിയോജകമണ്ഡലം. 'മാളയിലെ മാണിക്യം കെ കരുണാകരൻ' എന്നായിരുന്നു അവിടത്തെ ചുവരെഴുത്തുകളും മുദ്രാവാക്യങ്ങളും. എന്നാൽ 1982 ലെ കാസ്റ്റിങ് മന്ത്രിസഭ താഴെവീണതിനുശേഷം നടന്ന തിരഞ്ഞെടുപ്പിൽ മാളയിലുള്ള വിശ്വാസം കരുണാകരന് നഷ്ടപ്പെട്ടു. അതിനാൽ അദ്ദേഹം രണ്ടു മണ്ഡലങ്ങളിൽ മത്സരത്തിനിറങ്ങി. മാളയ്ക്കൊപ്പം തിരുവനന്തപുരംജില്ലയിലെ നേമത്തും. മാളയിലെ മാണിക്യത്തിന് നേമത്തെ ഭക്തജനങ്ങൾ സമാനമായ മറ്റൊരു ചുവരെഴുത്തു കണ്ടെത്തി. മതിലായ മതിലുകളെല്ലാം അവർ എഴുതി - നേമത്തെ നെയ്യപ്പം കെ കരുണാകരന് വോട്ടു ചെയ്യുക.

മാളയിൽ അദ്ദേഹത്തിന്റെ എതിർസ്ഥാനാർത്ഥി സി പി ഐയിലെ ഇ ഗോപാലകൃഷ്ണമേനോൻ ആയിരുന്നെങ്കിൽ നേമത്ത് സി പി ഐ (എം)ലെ പി ഫക്കീർഖാൻ ആയിരുന്നു. ഫലം വന്നപ്പോൾ മാളയിലെ മാണിക്യവും നേമത്തെ നെയ്യപ്പവും കരുണാകരൻ തന്നെയായി. കേരള രാഷ്ട്രീയത്തിൽ പുതിയ ചരിത്രം രചിച്ചുകൊണ്ട് രണ്ടിടത്തും അദ്ദേഹം വിജയിച്ചു. മാളയിൽ 3410 വോട്ടിന്റെ ഭൂരിപക്ഷം നേടിയപ്പോൾ നേമത്തെ ഭൂരിപക്ഷം 3348 ആയിരുന്നു.

ഒടുവിൽ തന്റെ ഇഷ്ടമണ്ഡലമായ മാളയെ തന്നെ അദ്ദേഹം വരിച്ചു. നേമത്തെ എം എൽ എ സ്ഥാനം രാജിവെച്ചു. എന്നാൽ, ഉപതിരഞ്ഞെടുപ്പു നടന്നപ്പോൾ അദ്ദേഹത്തിന്റെ കണക്കുകൂട്ടലുകൾ പിഴച്ചു. 1983 ൽ നടന്ന ഉപതിരഞ്ഞെടുപ്പിൽ സി പി ഐ (എം)ലെ വി ജെ തങ്കപ്പൻ കോൺഗ്രസ് (ഐ) യിലെ ഇ രമേശൻ നായരെ 8289 വോട്ടുകൾക്ക്

തോല്പിച്ച് മണ്ഡലം തിരിച്ചുപിടിച്ചു. പിന്നീട് 1991 വരെയുള്ള തിരഞ്ഞെടുപ്പുകളിലെല്ലാം കരുണാകരൻ മാളയിൽത്തന്നെ തന്റെ പൂർണ്ണവിശ്വാസം അർപ്പിച്ചു. കരുണാകരൻ രംഗത്തില്ലാതിരുന്ന 1996 ൽ കോൺഗ്രസ് മാളയിലെ മാലാഖ എന്നൊക്കെ വിളിച്ച് മേഴ്സി രവിയെ അവതരിപ്പിച്ചെങ്കിലും സി പി ഐയിലെ വി കെ രാജനോട് അവർ പരാജയപ്പെട്ടു.

യന്ത്രത്തിൽ കുത്തിയ പറവൂരുകാർ

മറ്റു പലതിലുമെന്നപോലെ തിരഞ്ഞെടുപ്പു നടത്തിപ്പിന്റെ കാര്യത്തിലും കേരളത്തിന് ഒരു റെക്കോഡ് ഉണ്ട്. ഇന്ത്യയിൽ ആദ്യമായി ഇലക്ട്രോണിക് വോട്ടിങ് യന്ത്രം ഉപയോഗിച്ചത് കേരളത്തിലാണ്. 1982 ലെ തിരഞ്ഞെടുപ്പിൽ എറണാകുളംജില്ലയിലെ പറവൂർ മണ്ഡലത്തിലെ അമ്പത് ബൂത്തുകളിലായിരുന്നു പരീക്ഷണം.

ഇടതുമുന്നണിസ്ഥാനാർത്ഥി സി പി ഐയിലെ എൻ ശിവൻ പിള്ളയും കോൺഗ്രസ് ഐയിലെ എ സി ജോസും തമ്മിലായിരുന്നു പ്രധാന മത്സരം. ഫലം വന്നപ്പോൾ 123 വോട്ടുകൾക്ക് ശിവൻപിള്ള വിജയിച്ചു.

എന്നാൽ എ സി ജോസ് തോല്‌വി സമ്മതിക്കാൻ തയ്യാറായില്ല. അദ്ദേഹം തിരഞ്ഞെടുപ്പു യന്ത്രത്തെ സുപ്രീംകോടതി കയറ്റി. ഒടുവിൽ വോട്ടിങ് യന്ത്രം ഉപയോഗിച്ച ബൂത്തുകളിലെല്ലാം ബാലറ്റ് പേപ്പർ ഉപയോഗിച്ച് വീണ്ടും തിരഞ്ഞെടുപ്പു നടത്താൻ കോടതി ഉത്തരവായി. 1984 മെയ് 16 നായിരുന്നു ഫലപ്രഖ്യാപനം. വോട്ടെണ്ണിക്കഴിഞ്ഞപ്പോൾ 1446 വോട്ടുകളുടെ ഭൂരിപക്ഷം എ സി ജോസിനായി. ശിവൻപിള്ള രാജിവെച്ചു.

1980 ൽ പറവൂരിന്റെ എം എൽ എയായിരുന്ന എ സി ജോസ് അങ്ങനെ രണ്ടാമതും പറവൂരുകാരുടെ ജനപ്രതിനിധിയായി. എന്നാൽ, 1987 ൽ നടന്ന തിരഞ്ഞെടുപ്പിൽ ശിവൻപിള്ള പകരം വീട്ടി. എ സി ജോസിനെ അദ്ദേഹം 2366 വോട്ടുകൾക്ക് പരാജയപ്പെടുത്തി.

ഡൽഹിയിലിരിക്കുന്ന ഞങ്ങളുടെ പിതാവേ...

ഇടതുമുന്നണി സ്വതന്ത്രൻ ലോനപ്പൻ നമ്പാടൻ എം എൽ എ 1986 മാർച്ച് 26 ന് ബുധനാഴ്ച നിയമസഭയിൽ നടത്തിയ പ്രസംഗം ഒരു പ്രാർത്ഥനയായിരുന്നു. ചൊവ്വാഴ്ച രാത്രി മസ്കറ്റ് ഹോട്ടലിൽവെച്ച് കെ എം മാണി നടത്തിയ ഒടുക്കത്തെ അത്താഴത്തിനുശേഷം കേരളാ കോൺഗ്രസുകാർ നടത്തിയ കൂട്ടപ്രാർത്ഥന എന്നു പറഞ്ഞാണ് നമ്പാടൻ മാഷ് ക്രൈസ്തവരുടെ സ്വർഗ്ഗസ്ഥനായ ഞങ്ങളുടെ പിതാവേ..... എന്നു തുടങ്ങുന്ന പ്രാർത്ഥനയുടെ ശൈലിയിൽ മാണിഗ്രൂപ്പിന്റെ പ്രാർത്ഥന ചൊല്ലിയത്. ഈ സമയം പ്രതിപക്ഷത്തെ മറ്റുള്ള അംഗങ്ങൾ 'ആമേൻ' എന്നു ഉരുവിട്ടുകൊണ്ടിരുന്നു. 1982 മുതൽ അഞ്ചുവർഷക്കാലം കേരളം ഭരിച്ച കെ കരുണാകരൻ സർക്കാരിന്റെ കാലത്തു നടന്ന രാഷ്ട്രീയ സംഭവങ്ങളുടെ ഒരവലോകനം കൂടിയായി ഈ പ്രാർത്ഥന.

ഡൽഹിയിലിരിക്കുന്ന ഞങ്ങളുടെ പിതാവേ, അങ്ങയുടെ നാമം പൂജിതമാകണമേ. ഞങ്ങൾ കേന്ദ്രവിരുദ്ധരാണെങ്കിലും അങ്ങയുടെ തിരുമനസ്സുപോലെ കേരളത്തിലുമാകണമേ. ഞങ്ങളുടെ മന്ത്രിസ്ഥാനം എന്നും ഞങ്ങൾക്ക് നല്കേണമേ. പിള്ളയെപ്പോലെ ഞങ്ങളെ പരീക്ഷയിൽ അകപ്പെടുത്തരുതേ. ഭരണം ആരുടെ കൈയിൽ പോയാലും 'ധനം' മാണിയുടെ കൈയിൽ ഉറപ്പുള്ള കോട്ടയായിരിക്കണമേ. വളരുംതോറും പിളരുകയും പിളരുംതോറും വളരുകയും ചെയ്യുന്ന അദ്ധ്വാനവർഗ്ഗമായ ഞങ്ങളെ, ലീഡറുടെ വഞ്ചനയിൽനിന്നു കാത്തുകൊള്ളേണമേ. കഴിയുമെങ്കിൽ ഈ കരുണാകര പാനപാത്രം അങ്ങ് എടുക്കേണമേ.

അറബികളുടെ ദാസരായ അഹമ്മദിനെയും ബീരാനെയും അങ്ങയുടെ സന്നിധിയിലേക്ക് ഉയർത്തേണമേ. ഇതിനെല്ലാം കൂട്ടുനിന്ന രവിയുടെ പ്രാർത്ഥനയും ദയാപൂർവ്വം കേട്ടരുളേണമേ. മദ്യത്തിന്റെയും

മാംസത്തിന്റെയും മകുടമായ മന്ത്രി ശ്രീനിവാസന്റെ പ്രലോഭനത്തിൽ ഞങ്ങളെ അകപ്പെടുത്തരുതേ. അടുത്ത വർഷമെങ്കിലും അഞ്ചാറു പോളികൾ ഞങ്ങൾക്കു കനിയേണമേ. പള്ളിക്കൂടം തുറക്കുന്ന പരുവത്തിന്, പത്തുകാശിന് വഴികാണിക്കണമേ. അടുത്ത ബജറ്റിലും ഞങ്ങളുടെ തോട്ടങ്ങളും ബ്ലേഡ്കമ്പനികളും ഇന്നത്തെപ്പോലെ ഒഴിവായി കിട്ടണമേ. പഞ്ചാബിനു കോച്ച് ഫാക്ടറി കൊടുത്ത കേന്ദ്രമേ, കേരളത്തിനൊരു കൊച്ചു കൊളുത്തു ഫാക്ടറിയെങ്കിലും തരണമേ.

ഉച്ചകഴിഞ്ഞു ഞങ്ങൾക്ക് കാലുറയ്ക്കുന്നില്ലെന്നു പറഞ്ഞ കിഴക്കേമുറിയെ മുറിക്കകത്തു കിട്ടാൻ ഇടയാക്കണമേ. ശിശുക്കളുടെ കല്യാണജീവിതം താറുമാറാക്കുന്ന നവാബിനെപ്പോലുള്ള അന്തകന്മാർക്ക് അറുതി വരുത്തേണമേ. മലിനജലത്തിന്റെ മദ്ധ്യസ്ഥനായ ഗംഗാധരനോടും ആന്റോയുടെ പ്രതിച്ഛായയായ കരുണാകരനോടും ഞങ്ങൾ ക്ഷമിച്ചതു

പോലെ സമ്പന്നവർഗ്ഗത്തിനും പ്രത്യേകിച്ചു സ്വർണ്ണക്കടക്കാർക്കും ഒത്താശ ചെയ്യുന്ന ഞങ്ങളോടും ക്ഷമിക്കേണമേ. എന്തുകൊണ്ടെന്നാൽ രാജ്യവും ശക്തിയും മഹത്ത്വവും എന്നെന്നും നിനക്കുള്ളതാകുന്നു. ആമേൻ.

(ആർ ബാലകൃഷ്ണപിള്ളയുടെ പഞ്ചാബ് മോഡൽ പ്രസംഗം. മുസ്ലീംലീഗിലെ ഇ അഹമ്മദ് അന്ന് വ്യവസായമന്ത്രിയും യു എ ബീരാൻ ഭക്ഷ്യമന്ത്രിയുമായിരുന്നു. വയലാർ രവിയായിരുന്നു ആഭ്യന്തരമന്ത്രി. എസ് ആർ പിയിലെ എൻ ശ്രീനിവാസനായിരുന്നു എക്സൈസ് മന്ത്രി. ഇക്കാലത്ത് കേരളാകോൺഗ്രസുകാരുടെ മദ്യപാനശീലനത്തെ എഴുത്തുകാരൻ ഡി സി കിഴക്കേമുറി കളിയാക്കിയിരുന്നു. ജലസേചന മന്ത്രിയായിരുന്ന എം പി ഗംഗാധരൻ മകൾ ബിന്ദുവിനെ പ്രായപൂർത്തിയാകും മുമ്പ് വിവാഹം ചെയ്തുകൊടുത്തു എന്ന പേരിൽ നവാബ് രാജേന്ദ്രൻ കേസുകൊടുക്കുകയും കോടതിവിധിയെത്തുടർന്ന് ഗംഗാധരന് രാജിവെക്കേണ്ടിയും വന്നു. പാവം ആന്റോ - മുഖ്യമന്ത്രിയായ കെ കരുണാകരനൊപ്പം ഒരു യാത്രയിൽ മുംബൈയിലെ വ്യവസായി ആന്റോയും യാത്ര ചെയ്തത് വിവാദമായി. കരുണാകരൻ അതിനെ വിശേഷിപ്പിച്ചത് ഒരു പാവം ആന്റോ ഒപ്പം യാത്ര ചെയ്തു എന്നായിരുന്നു).

ഇടികൊണ്ടവർക്കും തിരിച്ചറിയൽ കാർഡ്

ഇടികൊണ്ടവർക്ക് തിരിച്ചറിയൽ കാർഡ് നല്കിയ ലോകത്തെ ആദ്യത്തെയും അവസാനത്തെയും പൊലീസ് കേരളാപൊലീസ് ആയിരിക്കും. കാണുമ്പം കാണുമ്പം ഇടികിട്ടാതിരിക്കാൻ ഈ ഇടിപ്പാസ് കാണിച്ചാൽ മതിയായിരുന്നു. അന്ന് അങ്ങനെ പൊലീസിന്റെ ഇടിയിൽ നിന്ന് രക്ഷപ്പെട്ടവർ അനവധിയാണ്.

കെ കരുണാകരൻ നാടുഭരിക്കുന്ന കാലത്ത് ഇടുക്കിജില്ലയിലെ തങ്കമണിയിലാണ് സംഭവം നടന്നത്. 1986 ഒക്ടോബർ 22 നാണ് കേരള രാഷ്ട്രീയത്തെ പിടിച്ചുകുലുക്കിയ തങ്കമണിസംഭവമുണ്ടായത്. അക്കാലത്ത് ഇടുക്കിജില്ലയിലെ കാമാക്ഷിപഞ്ചായത്തിലെ റോഡുകളെല്ലാം തകർന്നനിലയിലായിരുന്നു. കട്ടപ്പനയിൽനിന്ന് തങ്കമണിയിലേക്ക് സർവ്വീസ് നടത്തിയിരുന്ന എലൈറ്റ് ബസ് തങ്കമണിക്ക് ഒരു കിലോമീറ്റർ മുമ്പുള്ള പാറമടയെന്ന സ്ഥലത്ത് സർവ്വീസ് അവസാനിപ്പിക്കുക പതിവായിരുന്നു. യാത്രക്കാരെയെല്ലാം അവിടെ ഇറക്കിവിടും. കുറച്ചു ദിവസം ഇതു തുടർന്നപ്പോൾ നാട്ടുകാരും ബസ് ജീവനക്കാരും തമ്മിൽ സംഘർഷമുണ്ടായി.

ഒരുനാൾ നാട്ടുകാരും വിദ്യാർത്ഥികളും സംഘടിച്ച് ബസ് തങ്കമണിയിലേക്ക് കൊണ്ടുപോയി തടഞ്ഞുവെച്ചു. ഇത് വലിയ സംഘട്ടനത്തിലേക്കാണ് വഴിമാറിയത്. പീരുമേട് സി ഐ തമ്പാന്റെ നേതൃത്വത്തിലെത്തിയ പൊലീസും നാട്ടുകാരും തമ്മിൽ ഏറ്റുമുട്ടി. സംഘർഷം പിടിവിട്ടപ്പോൾ ലാത്തിച്ചാർജ്ജും വെടിവെയ്പും അകമ്പടി സേവിച്ചു. കോഴിമല അവറാച്ചൻ, ഉടുമ്പിക്കൽ മാത്യു എന്നിവർക്ക് വെടിയേറ്റു. ആശുപത്രിയിലേക്കുള്ള വഴിയിൽ അവറാച്ചൻ മരിച്ചു.

തുടർന്നുണ്ടായ സംഘർഷത്തിൽ പൊലീസ് ഔട്ട് പോസ്റ്റിന് ആരോ തീയിട്ടു. പിന്നീടവിടെ നടന്നതെല്ലാം കേരളീയരെ മുഴുവൻ നാണിപ്പിക്കുന്ന സംഭവങ്ങളായിരുന്നു. അന്ന് രാത്രി ആ പ്രദേശത്ത് വൈദ്യുതി നിലച്ചു. പിന്നാലെ പൊലീസ് ഇരതേടി ഇറങ്ങി. അപകടം മണത്ത പുരുഷന്മാരെല്ലാം ഗ്രാമത്തിൽനിന്ന് മാറി നിന്നു. പുരുഷന്മാരെ തേടിയെത്തിയ പൊലീസ് അവരുടെ കൈക്കരുത്തും മെയ്ക്കരുത്തും സ്ത്രീകളുടെ നേർക്ക് കാട്ടി. കൂരിരുട്ടിൽ കൂരകളിൽ നിന്നെല്ലാം കൂട്ടനിലവിളി ഉയർന്നു.

ഒടുവിൽ സ്ത്രീകളെ ഉപദ്രവിക്കാതിരിക്കാൻവേണ്ടി പുരുഷന്മാർ നേരിട്ടു പൊലീസ്സ്റ്റേഷനിൽ ഹാജരായി. അവരെയെല്ലാം കൈത്തരിപ്പു മാറുംവരെ പൊലീസ് ഇടിച്ചു പിഴിഞ്ഞു. ഇങ്ങനെ ചോദ്യംചെയ്തു വിട്ടവർക്കെല്ലാം പൊലീസ് ഒരു രസീത് നല്കി. ഇടിപ്പാസ് എന്നായിരുന്നു ഈ തിരിച്ചറിയിൽ രേഖയ്ക്ക് നാട്ടുകാർ നല്കിയിരുന്ന പേര്. സംഭവം രാഷ്ട്രീയകൊടുങ്കാറ്റായി വളർന്നു. 1987 ൽ നടന്ന തിരഞ്ഞെടുപ്പിൽ തങ്കമണി സംഭവം കെ കരുണാകരൻ സർക്കാരിന്റെ അടിപറ്റിച്ചു. ഇ കെ നായനാർ രണ്ടാമതും കേരളത്തിന്റെ മുഖ്യമന്ത്രിയായി.

കഥ വീരരാഘവീയം

ആത്മകഥയുടെ പേരുപോലെ തന്നെ ഒരു ജന്മം തന്നെയായിരുന്നു എം വി ആർ എന്ന വിളിപ്പേരുണ്ടായിരുന്ന മേലേത്തുവീട്ടിൽ എം വി രാഘവൻ. രാഷ്ട്രീയ പോരാട്ടങ്ങളിൽ സമാനതകളില്ലാത്ത കരുത്തും ധീരതയും കാട്ടിയ അദ്ദേഹം തിരഞ്ഞെടുപ്പു ചരിത്രത്തിൽ അത്യപൂർവ്വമായ ചില റെക്കോഡുകൾ കുറിച്ചാണ് കടന്നുപോയത്. പത്തു തിരഞ്ഞെടുപ്പുകളിൽ മത്സരിച്ച എം വി ആർ ഒരിക്കൽ മത്സരിച്ച മണ്ഡലത്തിൽ പിന്നീട് മത്സരിച്ചില്ല. പത്തുതവണയും പത്തുമണ്ഡലങ്ങൾ. ഇതിൽ ഏഴു തവണ ജയിച്ചു. മൂന്നു തവണ പരാജയപ്പെട്ടു.

1970 ൽ കണ്ണൂർജില്ലയിലെ മാടായിമണ്ഡലത്തിലായിരുന്നു തുടക്കം. 1977 ൽ തളിപ്പറമ്പ്, 1980 ൽ കൂത്തുപറമ്പ്, 1982 ൽ പയ്യന്നൂർ. ഇതെല്ലാം സി പി ഐ (എം) സ്ഥാനാർത്ഥിയായിട്ടായിരുന്നു നേട്ടം കൊയ്തത്. സി പി ഐ (എം)നിന്ന് പുറത്താക്കിയ ശേഷം 1986 ൽ സ്വന്തം പാർട്ടിയായ സി എം പി ഉണ്ടാക്കിയ രാഘവന്റെ ആദ്യ മത്സരം കണ്ണൂർ ജില്ലയിലെ തന്നെ അഴീക്കോട് മണ്ഡലത്തിലായിരുന്നു. യു ഡി എഫ് പിന്തുണയോടെയാണ് അന്ന് ഇ പി ജയരാജനെ അദ്ദേഹം തോല്പിച്ചത്. പിന്നീട് യു ഡി എഫ് ഘടകകക്ഷിയായശേഷം 1991 ൽ കഴക്കൂട്ടത്തും 2001 ൽ തിരുവനന്തപുരം വെസ്റ്റിലും വിജയം കണ്ടു.

1996 ൽ ആറന്മുളയിൽ കവി കടമ്മനിട്ട രാമകൃഷ്ണനോടായിരുന്നു ആദ്യ തോല്വി. 2006 ൽ പുനലൂരും 2011 ൽ നെന്മാറയിലും തുടർച്ചയായി പരാജയപ്പെട്ടു. പത്തുമത്സരങ്ങളിലായി അഞ്ചുജില്ലകളിൽ മത്സരിച്ചു എന്ന പ്രത്യേകതയും രാഘവന് മാത്രം സ്വന്തം. കണ്ണൂർ ജില്ലയിൽ തുടങ്ങിയ പോരാട്ടം പത്തനംതിട്ട, കൊല്ലം, തിരുവനന്തപുരം പാലക്കാട് എന്നീ ജില്ലകളിലും തുടർന്നു.

പൊടിപാറിച്ച സർവ്വതന്ത്ര സ്വതന്ത്രർ

ഇത് രണ്ടു ജോർജുമാരുടേയും അവർ കേരളരാഷ്ട്രീയത്തിൽ സൃഷ്ടിച്ച ഞെട്ടലുകളുടേയും കഥയാണ്. ജോർജ്ജോസഫ് പൊടിപാറയും പ്ലാത്തോട്ടത്തിൽ ചാക്കോ ജോർജ് എന്ന പി സി ജോർജും. സർവ്വതന്ത്ര സ്വതന്ത്ര സ്ഥാനാർത്ഥിയായിനിന്ന് ഇരുമുന്നണികളേയും ആദ്യം ഞെട്ടിച്ചത് ജോർജ്ജോസഫ് പൊടിപ്പാറയാണ്. 1987 ൽ കോട്ടയംജില്ലയിലെ ഏറ്റുമാനൂർമണ്ഡലമായിരുന്നു വേദി. ഒരുകാലത്ത് സജീവ കോഗ്രസ് നേതാവും എം എൽ എയും ഒക്കെയായിരുന്നു പൊടിപ്പാറ. ഏറ്റുമാനൂരിൽനിന്നുതന്നെ 1957 ലും അറുപതിലും കോൺഗ്രസ് എം എൽ എയുമായിരുന്നു. തുടർന്ന് സജീവരാഷ്ട്രീയത്തിൽനിന്നു വിട്ടുനിന്ന് പൊടിപ്പാറ മത്സരരംഗത്തെത്തിയത് 1987 ലാണ്. അന്ന് കോൺഗ്രസ് സീറ്റു നല്കിയില്ല. ഇതേത്തുടർന്നായിരുന്നു ഒറ്റയാൻ പോരാട്ടം. എൽ ഡി എഫ് സ്വതന്ത്രൻ ടി രാമൻ ഭട്ടതിരിപ്പാട്, യു ഡി എഫിൽനിന്ന് കേരളാകോൺഗ്രസിലെ കെ ടി മത്തായി എന്നിവരായിരുന്നു പ്രധാന എതിരാളികൾ. ഫലം വന്നപ്പോൾ ജോർജ് ജോസഫ് പൊടിപ്പാറ ഇരുമുന്നണികളെയും ഞെട്ടിച്ചുകളഞ്ഞു. 2533 വോട്ടുകളുടെ ഭൂരിപക്ഷത്തിനായിരുന്നു പൊടിപ്പാറയുടെ ജയം.

2016 ലെ തിരഞ്ഞെടുപ്പിൽ സമാനമായ പോരാട്ടമാണ് കേരളാ കോൺഗ്രസുകാരനായിരുന്ന പി സി ജോർജും നടത്തിയത്. മത്സരിക്കാൻ സീറ്റ് നല്കാതെ ഇരുമുന്നണികളും ഒഴിവാക്കിയപ്പോൾ ജനപക്ഷപാർട്ടിയുണ്ടാക്കി ഈരാറ്റുപേട്ടയിൽ ഒറ്റയ്ക്കു മത്സരിക്കാൻ തീരുമാനിക്കുകയായിരുന്നു പി സി ജോർജ്.

ഈ തിരഞ്ഞെടുപ്പിൽ സംസ്ഥാനത്തുതന്നെ ഏറ്റവും കൂടുതൽ സ്ഥാനാർത്ഥികളെ നേരിട്ടതും പി സി ജോർജാണ്. ആകെ പതിനാറു പേർ. നോട്ടയുൾപ്പെടെ പതിനേഴ് എതിരാളികൾ. പോരേ പൂരം. യു ഡി

എഫ് സ്ഥാനാർത്ഥിയായി കേരളാ കോൺഗ്രസ് മാണി ഗ്രൂപ്പിലെ ജോർജുകുട്ടി ആഗസ്തി, എൽ ഡി എഫ് സ്ഥാനാർത്ഥിയായി ജനാധിപത്യ കേരളാകോൺഗ്രസിലെ പി സി ജോസഫ്, എൻ ഡി എ മുന്നണിയിലെ ബി ഡി ജെ എസ് പ്രതിനിധി എം ആർ ഉല്ലാസ് തുടങ്ങിയവരായിരുന്നു ഇതിൽ പ്രധാന എതിരാളികൾ. ഫലം വന്നപ്പോൾ തൊപ്പി അടയാളത്തിൽ മത്സരിച്ച ജോർജിനു മുന്നിൽ എല്ലാവരും തോറ്റു തൊപ്പിയിട്ടു. 27,821 വോട്ടുകൾ എന്ന സ്വന്തം ഭൂരിപക്ഷം കണ്ട് ജോർജ് പോലും ഞെട്ടി.

ദോ ദിൻ കാ മിനിസ്റ്റർ

ഏക് ദിൻ കാ സുൽത്താൻ എന്നൊക്കെ പറയുമ്പോലെ ദോ ദിൻ കാ മിനിസ്റ്ററായ നേതാവ് കേരളത്തിൽ ഒന്നേയുള്ളു. ജനതാദൾ യുണൈറ്റഡ് നേതാവ് എം പി വീരേന്ദ്രകുമാർ. ഇതാകട്ടെ ഇനി ആവർത്തിക്കാൻ ഇടയില്ലാത്ത ഒരു അപൂർവ്വ ചരിത്രവുമാണ്. സത്യപ്രതിജ്ഞക്കുശേഷം നാല്പത്തിയെട്ടുമണിക്കൂർ കഴിഞ്ഞപ്പോൾ പാർട്ടിക്കുള്ളിലെ അധികാര വടംവലിയെത്തുടർന്ന് വീരേന്ദ്രകുമാർ രാജിവെച്ചു. അങ്ങനെ കേരളത്തിൽ ഏറ്റവും കുറഞ്ഞകാലം മന്ത്രിയായ ആളെന്ന അപൂർവ്വത വീരേന്ദ്രകുമാറിന് സ്വന്തമായി.

1987 ൽ ജനതാപാർട്ടിയുടെ എം എൽ എയായി കല്പറ്റയിൽ നിന്നാണ് അദ്ദേഹം ആദ്യമായും അവസാനമായും നിയമസഭയിലെത്തിയത്. ഏപ്രിൽ രണ്ടിന് സത്യപ്രതിജ്ഞ ചെയ്ത ഇ കെ നായനാരുടെ രണ്ടാംമന്ത്രിസഭയിൽ വീരേന്ദ്രകുമാറിന് കിട്ടിയത് വനംവകുപ്പായിരുന്നു. എന്നാൽ പാർട്ടിയിലെ ഒരു വിഭാഗം എൻ എം ജോസഫിനെ മന്ത്രിയാക്കണം എന്ന അവകാശവാദമുയർത്തിയപ്പോൾ രണ്ടു ദിവസം കഴിഞ്ഞ് നാലം തീയതി രാജി സമർപ്പിച്ചു. അങ്ങനെ പൂഞ്ഞാറിൽ നിന്നുജയിച്ച എൻ എം ജോസഫ് മന്ത്രിയാകുകയും ചെയ്തു. ഗവർണർ പി രാമചന്ദ്രൻ വീരേന്ദ്രകുമാറിന്റെ രാജി സ്വീകരിച്ചത് ഏപ്രിൽ ഏഴാം തീയതിയാണ്. അങ്ങനെ നോക്കിയാൽ അഞ്ചുദിവസത്തെ മന്ത്രിസ്ഥാനം എന്നും പറയാം. എൻ എം ജോസഫും പിന്നീട് നിയമസഭയിലെത്തിയില്ല. ജനതാപാർട്ടിയിൽനിന്ന് ജനതാദളും അതിന്റെ പല ദളങ്ങളുടെയും

നേതാവായ വീരേന്ദ്രകുമാർ പിന്നീട് ലോകസഭാംഗവും കേന്ദ്രമന്ത്രിയും ഒടുവിൽ രാജ്യസഭാംഗവുമായി.

സ്ഥിരതാമസമാക്കിയ മാവേലി

ആയിരത്തിത്തൊള്ളായിരത്തി എൺപതിൽ ഇ കെ നായനാർ സർക്കാരിന്റെ കാലത്താണ് മാവേലി കേരളത്തിൽ സ്ഥിര സാന്നിദ്ധ്യമായത്. ആണ്ടിലൊരിക്കൽ മാത്രം കേരളത്തിലെത്തിയിരുന്ന മാവേലി തമ്പുരാന് നായനാർ മന്ത്രിസഭയിൽ ഭക്ഷ്യമന്ത്രിയായിരുന്ന സി പി ഐയിലെ ഇ ചന്ദ്രശേഖരൻനായർ കെട്ടിക്കൊടുത്ത സ്റ്റോറുകളിൽ ജനകീയ തമ്പുരാൻ സ്ഥിരതാമസമാക്കി. അക്കാലത്ത് ഇ ചന്ദ്രശേഖരൻനായർ ആരംഭിച്ച ഓണച്ചന്തയിൽ നിന്നായിരുന്നു എല്ലാറ്റിന്റേയും തുടക്കം.

കൊല്ലത്തുകാരനായ ചന്ദ്രശേഖരൻനായർ കശുവണ്ടി തൊഴിലാളികളുടെ പ്രയാസങ്ങൾ നേരിട്ടു കണ്ട് വളർന്നയാളാണ്. എല്ലാവർഷവും ഈ തൊഴിലാളികളുടെ ഓണം ബോണസ് തീരുമാനിക്കപ്പെടുന്നത് ഉത്രാടത്തിനോ അതിന്റെ തലേന്നോ ആയിരുന്നു. ഈ പൈസയുമായി സാധനങ്ങൾ വാങ്ങാൻ ചെല്ലുമ്പോൾ സാധനങ്ങൾക്ക് തീവിലയായിരിക്കും. അങ്ങനെ ഒന്നിനും തികയാതെ കണ്ണീരും കൈയുമായി മടങ്ങുന്ന തൊഴിലാളികളുടെ നേർക്കാഴ്ച എന്നും ചന്ദ്രശേഖരൻനായരുടെ ഉള്ളിലെ നീറ്റലായിരുന്നു. ഇതിൽനിന്നാണ് ഓണച്ചന്തയെന്ന ആശയത്തിലേക്ക് അദ്ദേഹം എത്തിയത്. സർക്കാർ നേരിട്ട് കമ്പോളത്തിൽ ഇടപെടുന്നത് അന്ന് ഒരു ചരിത്രമായി.

അങ്ങനെ നഗരങ്ങളിലും ജില്ലാ, താലൂക്ക് ആസ്ഥാനങ്ങളിലും ഓണച്ചന്ത തുടങ്ങി. കുറഞ്ഞ വിലയ്ക്ക് സാധാരണക്കാർക്ക് നല്ല സാധനങ്ങൾ -അതായിരുന്നു സർക്കാരിന്റെ ലക്ഷ്യം. ഓണച്ചന്തകൾ ഉത്രാടരാത്രിവരെ പ്രവർത്തിക്കണം എന്നും മന്ത്രി നിർദ്ദേശിച്ചു. ഉത്രാടത്തിനു ബോണസ് ലഭിക്കുന്ന കശുവണ്ടി തൊഴിലാളികളായിരുന്നു അതിനു പ്രേരകമായത്. ഓണച്ചന്ത വൻവിജയമായതോടെ ഇത്തരത്തിലൊരു

സ്ഥിരം സംവിധാനം ആയാലെന്ത് എന്ന ചിന്ത ഉടലെടുത്തു. ഓണമുണ്ട വയറേ ചൂളപാടിക്കിട എന്ന അവസ്ഥയിൽ നിന്നു സാധാരണകുടുംബങ്ങളിലെല്ലാം എന്നും ഓണമെത്തിക്കാനുള്ള ആലോചന.

അങ്ങനെ കള്ളപ്പറയും ചെറുനാഴിയുമില്ലാത്ത മാവേലിനാടിന്റെ ഓർമ്മയിൽ മാവേലിസ്റ്റോറുകൾ ആ വർഷംതന്നെ തുടങ്ങാൻ സർക്കാർ തീരുമാനിച്ചു. ഓണച്ചന്ത മുതൽ മാവേലിസ്റ്റോറിന്റെ പ്രവർത്തനംവരെ എല്ലാറ്റിനു ഒപ്പം നിന്ന അന്നത്തെ സിവിൽസപ്ലൈസ് മാനേജിങ് ഡയറക്ടർ കെ എം ചന്ദ്രശേഖരുടെ പേരും ഇതോടൊപ്പം ചേർത്തുപറയേണ്ടതാണ്. അങ്ങനെയാണ് കേരളത്തിലെ ആദ്യ മാവേലിസ്റ്റോർ തിരുവനന്തപുരത്തെ പുത്തരിക്കണ്ടത്ത് മുഖ്യമന്ത്രി നായനാർ ഉദ്ഘാടനം ചെയ്തതും അത് കേരളമാകെ പടർന്നു വളർന്നതും.

മാവേലി സ്റ്റോറുകൾ തുറന്നതോടെ വ്യാപാരികൾ 'വാമനൻ' സ്റ്റോറുകളുമായി രംഗത്തുവന്നു. 'നിങ്ങളും ആവുന്നത്ര കടകൾ തുടങ്ങിക്കോളൂ. മത്സരമുണ്ടാകട്ടെ. ജനങ്ങൾക്ക് അത്രകണ്ട് വില കുറഞ്ഞുകിട്ടുമല്ലോ' എന്നായിരുന്നു ഇതറിഞ്ഞപ്പോൾ മന്ത്രി ചന്ദ്രശേഖരൻനായരുടെ മറുപടി.

കോ-ലീ-ബി എന്ന ഓലപീപ്പി

ഒരുകാലത്ത് രഹസ്യമായി വോട്ടു കച്ചവടം ചെയ്യുന്ന ലുലു മാളായിരുന്നല്ലോ ബി ജെ പി. ഇത് ശീലമായി മാറിയപ്പോഴാണ് എന്നാൽ പിന്നെ അതങ്ങു പരസ്യമാക്കിയാലെന്താ എന്ന ചിന്ത പാർട്ടിയിൽ മുളപൊട്ടിയത്. ഇതിന്റെ പുഷ്പിതരൂപമായിരുന്നു കോലീബി സഖ്യം എന്ന വിഖ്യാതമായ കോൺഗ്രസ് - ലീഗ് - ബി ജെ പി ബാന്ധവം. സ്ഥിരമായി തോറ്റുമാത്രം ശീലിച്ച ബി ജെ പിക്ക് 1991 ലെ തിരഞ്ഞെടുപ്പായപ്പോഴേക്കും എങ്ങനെയും ജയിക്കണമെന്ന ആശ കലശലായി. അതിനായി ആരോടും സഖ്യമാകാം എന്നൊരു നിർദ്ദേശം അക്കാലത്തു നടന്ന ഒരു ചിന്തൻ ബൈഠക്കിൽ നാമ്പെടുത്തു. എന്നാൽ, പാർട്ടിയിലാരും സി പി ഐ (എം) നേതൃത്വത്തിലുള്ള മുന്നണിയുമായി ഒരുതരത്തിലുള്ള സഖ്യത്തിനും തയ്യാറായിരുന്നില്ല. അങ്ങനെയാണ് കോൺഗ്രസ് മുന്നണിയുമായി സമരസപ്പെടാൻ തീരുമാനമായത്.

1991 ൽ ലോകസഭയിലേക്കും നിയമസഭയിലേക്കും ഒരുമിച്ചായിരുന്നു തിരഞ്ഞെടുപ്പ്. കോലീബി സഖ്യത്തിന്റെ സ്ഥാനാർത്ഥിയായി ബേപ്പൂർ നിയമസഭാ മണ്ഡലത്തിൽ ഡോക്ടർ കെ മാധവൻകുട്ടിയെ നിർത്താനും വടകര ലോക്സഭാമണ്ഡലത്തിൽ അഡ്വ. എം രത്നസിങ്ങിനെ നിർത്താനും തീരുമാനിച്ചു. ഇതിനു പുറമെ, മഞ്ചേശ്വരത്ത് കെ ജി മാരാർ, തിരുവനന്തപുരത്ത് ഈസ്റ്റിൽ കെ രാമൻപിള്ള തിരുവനന്തപുരം ലോകസഭാ മണ്ഡലത്തിൽ ഒ രാജഗോപാൽ എന്നിവരെ പിന്തുണയ്ക്കാനും ധാരണയുണ്ടായി. വിജയം മാത്രം അജണ്ടയാക്കിയ ബി ജെ പി സകലശക്തിയുമെടുത്തു സഖ്യത്തിനുവേണ്ടി പ്രവർത്തിച്ചു. പക്ഷേ, പ്രതീക്ഷിച്ച സഹകരണം അവർക്ക് തിരിച്ചു കിട്ടിയില്ല. രാജീവ്ഗാന്ധിയുടെ അപ്രതീക്ഷിത മരണം കൂടിയായപ്പോൾ ധാരണകളെല്ലാം പൊ

ളിഞ്ഞു. കോലീബി സംഖ്യ സ്വതന്ത്രന്മാർക്കും ബി ജെ പി സ്ഥാനാർത്ഥികൾക്കും ഒരിടത്തും ജയിക്കാനായില്ല. ജില്ലാ കൗൺസിൽ തിരഞ്ഞെടുപ്പിൽ നേടിയ ഏകപക്ഷീയ ജയത്തിന്റെ ആവേശത്തിൽ തുടർഭരണം ഉറപ്പാക്കി ഒരു വർഷം മുമ്പേ നിയമസഭ പിരിച്ചുവിട്ട സി പി ഐ (എം) തന്ത്രവും രാജീവ് സഹതാപ തരംഗത്തിൽ പിഴച്ചു. അങ്ങനെ കെ കരുണാകരൻ നാലാംതവണയും കേരളത്തിന്റെ മുഖ്യമന്ത്രിയായി. താമരകൾ കുളത്തിൽ തന്നെ അവശേഷിച്ചു. പൂവിനുള്ളിലും ചേറുപുരണ്ടതു മാത്രം മിച്ചം.

അത്യപൂർവ്വം ഒ! ഭരതകാവ്യം

കണ്ണൂരിലെ സി പി എം നേതാവ് ഒ ഭരതനും കോൺഗ്രസ് നേതാവ് കെ സുധാകരനും നിയമസഭാചരിത്രത്തിലെ അപൂർവ്വ ഏടുകളാണ്. ഒരേ നിയമസഭയിൽ ഒരു മണ്ഡലത്തിൽ നിന്നുള്ള രണ്ട് എം എൽ എമാർ നിയസഭയിലെത്തുക. അതിലൊരാൾ രണ്ടുതവണ സത്യപ്രതിജ്ഞ ചെയ്യുക ഇത് നിയമസഭയിൽ ഒരുതവണയെ സംഭവിച്ചിട്ടുള്ളു. 1991 ലെ ഒൻപതാംനിയമസഭയിലാണ് ഈ അപൂർവ്വത അരങ്ങേറിയത്. ആ വർഷം കണ്ണൂരിലെ എടക്കാട് മണ്ഡലത്തിൽ സിറ്റിങ് എം എൽ എ സി പി ഐ (എം) ലെ ഒ ഭരതനും കോൺഗ്രസ് ഐയിലെ കെ സുധാകരനും തമ്മിലായിരുന്നു പ്രധാന മത്സരം. തിരഞ്ഞെടുപ്പു ഫലം വന്നപ്പോൾ 219 വോട്ടിന് ഭരതൻ ജയിച്ചു. .

വോട്ടർപ്പട്ടികയിൽ ക്രമക്കേട് ഉണ്ടെന്നു കാണിച്ച് കെ സുധാകരൻ ഹൈക്കോടതിയിൽ കേസ് ഫയൽ ചെയ്തു. 1992 ആഗസ്ത് 14 ന് കോടതി ഭരതന്റെ നിയമസഭാംഗത്വം റദ്ദാക്കി. സുധാകരനെ വിജയിയായി പ്രഖ്യാപിച്ചു. 87 വോട്ടുകളുടെ ഭൂരിപക്ഷം. അങ്ങനെ ഭരതനുപകരം സുധാകരൻ എടക്കാടുകാരുടെ എം എൽ എയായി.

ഭരതൻ വിട്ടുകൊടുത്തില്ല. അദ്ദേഹം ഹൈക്കോടതി വിധിക്കെതിരെ സുപ്രീംകോടതിയെ സമീപിച്ചു. മൂന്നരവർഷത്തോളം നീണ്ട വാദപ്രതിവാദത്തിനൊടുവിൽ 1996 ഫെബ്രുവരി ആറിനു ഭരതന്റെ വിജയം സുപ്രീം കോടതി ശരിവെച്ചു. 43 വോട്ടകൾക്കായിരുന്നു ഒ ഭരതന്റെ രണ്ടാം വിജയം. അങ്ങനെ ഫെബ്രുവരി 22 ന് ഭരതൻ വീണ്ടും നിയമസഭയിലെത്തി. പുതിയ മണ്ഡലപുനർനിർണ്ണയത്തിൽ എടക്കാട് മണ്ഡലം ഇല്ലാതായതോടെ എടക്കാടും ചരിത്രത്തിന്റെ ഭാഗമായി.

ഇതേ നിയമസഭയിൽ തിരുവനന്തപുരത്തെ കോവളം മണ്ഡല

ത്തെയും രണ്ടംഗങ്ങൾ പ്രതിനിധീകരിച്ചു. തിരഞ്ഞെടുപ്പു ഫലം വന്നപ്പോൾ എൽ ഡി എഫിലെ എ നീലലോഹിതദാസൻ നാടാർ 21 വോട്ടുകൾക്ക് വിജയിച്ചു. ഇതിനെ ചോദ്യം ചെയ്ത് എതിർ സ്ഥാനാർത്ഥി കോൺഗ്രസിലെ ജോർജ് മസ്ക്രീൻ ഹൈക്കോടതിയെ സമീപിച്ചു. 1991 ഡിസംബർ പതിനൊന്നിനുവന്ന കോടതി വിധി ജോർജ് മസ്ക്രീന് അനുകൂലമായി. 23 വോട്ടുകൾക്ക് അദ്ദേഹത്തെ വിജയിയായി പ്രഖ്യാപിച്ചു. ഡിസംബർ പതിമൂന്നിന് എം എൽ എയായി സത്യപ്രതിജ്ഞ ചെയ്യുകയും ചെയ്തു.

രണ്ടു നൂറ്റാണ്ടുകളുടെ സഭ

നിയമസഭാചരിത്രത്തിൽ പത്താംനിയമസഭ പത്തിൽ പത്തു മാർക്കും നേടിയ സഭയാണ്. ഇ കെ നായനാർ മുഖ്യമന്ത്രിയും എം വി ജയകുമാർ സ്പീക്കറുമായിരുന്ന പത്താംസഭ നിരവധി അപൂർവ്വതകൾക്കാണ് സാക്ഷ്യം വഹിച്ചത്. രണ്ടു നൂറ്റാണ്ടുകളിലായാണ് സഭ കാലാവധി തികച്ചത് എന്നതാണ് ആദ്യ അപൂർവ്വത. ഇരുപതാം നൂറ്റാണ്ടിൽ 1996 മെയ് 2 ന് സ്ഥാനമേറ്റ മന്ത്രിസഭ ഇരുപത്തൊന്നാം നൂറ്റാണ്ടിൽ 2001 മെയ് 17 നാണ് കാലാവധി പൂർത്തിയാക്കിയത്. രാഷ്ട്രപതിയും ഉപരാഷ്ട്രപതിയും അഭിസംബോധന ചെയ്ത ഇന്ത്യയിലെ ഏക നിയമസഭ എന്ന ബഹുമതിയും പത്താം നിയമസഭയുടെ മാത്രം പ്രത്യേകത. മലയാളത്തിന്റെ ആദ്യ രാഷ്ട്രപതി കെ ആർ നാരായണനും ഉപരാഷ്ട്രപതി കൃഷൻ കാന്തുമാണ് സഭയിലെത്തിയത്.

രണ്ടുമന്ദിരങ്ങളിലായി സഭ കൂടിയും ഈ നിയമസഭ ചരിത്രം സൃഷ്ടിച്ചു. 1998 ജൂൺ 29 നായിരുന്നു സെക്രട്ടേറിയറ്റ് സമുച്ചയത്തിലെ നിയമസഭാ ഹാളിലെ അവസാനം സമ്മേളനം. പിറ്റേന്നു തന്നെ പുതിയ നിയമസഭാ മന്ദിരത്തിൽ സഭ സമ്മേളിച്ചു. ആദ്യമായി ഒരു ഇടതുമുന്നണി മന്ത്രിസഭ കാലാവധി തികയ്ക്കുന്നതും ആദ്യമായി ഒരു സ്പീക്കർ അഞ്ചു വർഷക്കാലാവധി പൂർത്തിയാക്കുന്നതും ഈ സഭയിലാണ്.

സഭയിൽ അംഗമല്ലാത്തയാൾ തുടക്കത്തിൽ തന്നെ മുഖ്യമന്ത്രിയായി വന്നു എന്നതും മറ്റൊരു പുതുമയായി. മുഖ്യമന്ത്രിയായ ഇ കെ നായനാർ നിയമസഭാ തിരഞ്ഞെടുപ്പിൽ മത്സരിച്ചിരുന്നില്ല. പിന്നീട് തലശ്ശേരി ഉപതിരഞ്ഞെടുപ്പിലൂടെയാണ് സഭാംഗമായത്. പതിമൂന്ന് വനിതാ പ്രതിനിധികളുണ്ടായിരുന്ന സഭ അക്കാര്യത്തിലും റെക്കോഡിട്ടു. പിന്നീട് മുഖ്യമന്ത്രിയായ പിണറായി വിജയൻ ആദ്യമായി മന്ത്രിയായതും ഈ സഭ

യിലാണ്. എം എൽ എമാരെക്കുറിച്ചുള്ള പരാതികൾ പരിഹരിക്കാൻ പ്രിവലജസ് ആന്റ് എത്തിക്സ് കമ്മിറ്റിക്ക് രൂപംനല്കിയതും ഈ സഭയുടെ കാലത്താണ്. ഈ നിയമസഭാ കാലാവധിക്കുള്ളിൽ നടന്ന ആറ് ഉപതിരഞ്ഞെടുപ്പുകളിലും ഇടതുമുന്നണി ജയിച്ചു എന്നതും നേട്ടങ്ങളുടെ പട്ടികയിലുണ്ട്.

സഭയിലെ വളകിലുക്കം

ആദ്യ കേരളനിയമസഭയിലെ സ്ത്രീ പ്രാതിനിധ്യവുമായി തട്ടിച്ചു നോക്കുമ്പോൾ നമ്മുടെ സ്ത്രീകളുടെ എണ്ണത്തിൽ മറ്റു പലകാര്യങ്ങളിലും ഉണ്ടായ ആനുപാതികമായ വർദ്ധന ഉണ്ടായിട്ടില്ലെന്നു കാണാം. 1957 ൽ 126 നിയമസഭാമണ്ഡലങ്ങളുണ്ടായിരുന്ന സമയത്ത് ആറു വനിതകൾ സഭയിലെത്തി. മണ്ഡലങ്ങളുടെ എണ്ണം 140 ആയിട്ടും സ്ത്രീ സാമാജികരുടെ എണ്ണത്തിൽ പ്രത്യേകിച്ചൊരു മാറ്റവും സംഭവിച്ചിട്ടില്ല.

1957 ലെ ഒന്നാം നിയമസഭയിലെത്തിയ ആറു വനിതകളിൽ മൂന്നുപേർ സി പി ഐക്കാരും മൂന്നുപേർ കോൺഗ്രസുകാരുമായിരുന്നു. ഇതിൽ ഭരണകക്ഷിയിൽപ്പെട്ട കെ ആർ ഗൗരിയമ്മ, റോസമ്മ പുന്നൂസ്, കെ ഒ അയിഷാബായി എന്നിവർ മൂന്നുപേർക്കും അർഹിക്കുന്ന പരിഗണന കിട്ടി. ചേർത്തലയിൽ നിന്നു ജയിച്ചെത്തിയ കെ ആർ ഗൗരിയമ്മ മന്ത്രിയായപ്പോൾ കായംകുളത്തിന്റെ പ്രതിനിധിയായ കെ ഒ അയിഷാബായി പ്രഥമ ഡെപ്യൂട്ടി സ്പീക്കറായി. ദേവികുളത്തിന്റെ എം എൽ എയായ റോസമ്മ പുന്നൂസായിരുന്നു നിയമസഭയുടെ ആദ്യ പ്രോടേം സ്പീക്കർ. കോൺഗ്രസ് വനിതകളായ ലീലാ ദാമോദരമേനോൻ കുന്ദമംഗലത്തുനിന്നും കുസുമം ജോസഫ് കാരിക്കോട് നിന്നും ഒ ടി ശാരദാകൃഷ്ണൻ കോഴിക്കോട് ഒന്നിൽ നിന്നുമാണ് സഭയിലെത്തിയത്. ഈ ആറുപേരിൽ ഗൗരിയമ്മ പത്തുതവണയും ലീലാ ദാമോദരമേനോൻ മൂന്നുതവണയും എം എൽ എമാരായപ്പോൾ ബാക്കിയുള്ളവരെല്ലാം ഈ രണ്ടുതവണയും എം എൽ എ മാരായി.

ഏറ്റവും കൂടുതൽ വനിതകൾ തിരഞ്ഞെടുക്കപ്പെട്ടത് 1996 ലായിരുന്നു. 13 പേർ. ഓരോ വനിതകൾ മാത്രം തിരഞ്ഞെടുക്കപ്പെട്ട രണ്ടു സഭകളുണ്ടായിരുന്നു. 1967 ൽ കെ ആർ ഗൗരിയമ്മയും 1977 ൽ ഭാർഗവി

തങ്കപ്പനും മാത്രമാണ് സ്ത്രീകളുടെ പ്രതിനിധികളായത്.

മന്ത്രിമാരുടെ കാര്യത്തിലും ഇതേ തരംതിരിവ് കാണാം. ആദ്യ ഇ എം എസ് സർക്കാരിൽ പതിനൊന്ന് മന്ത്രിമാരുണ്ടായപ്പോൾ അതിലൊന്ന് വനിതയായിരുന്നു. പിന്നീട് മന്ത്രിമാരുടെ എണ്ണം ഇരുപത്തൊന്നായി ഉയർന്നപ്പോഴും വനിതാസാന്നിദ്ധ്യം ഒന്നായി തന്നെ ചുരുങ്ങി. അതിനൊരപവാദം ഉണ്ടായത് പിണറായി വിജയൻ മുഖ്യമന്ത്രിയായ പതിനാലാം നിയമസഭയിൽ മാത്രമാണ്. സി പി ഐ (എം)ൽ നിന്ന് ജെമേഴ്സിക്കുട്ടിയമ്മയെയും കെ കെ ശൈലജ ടീച്ചറെയും മന്ത്രിയാക്കിക്കൊണ്ട് അദ്ദേഹം ചരിത്രം മാറ്റിയെഴുതി.

വമ്പന്മാരും കുഞ്ഞമ്മാരും

നമ്മുടെ നിയമസഭാതിരഞ്ഞെടുപ്പുചരിത്രത്തിൽ ജനപിന്തുണ കൊണ്ട് കേരളത്തെ ഞെട്ടിച്ച സ്ഥാനാർത്ഥി സി പി ഐ (എം)ലെ എം ചന്ദ്രനാണ്. 2006 ൽ തൃശൂർ ജില്ലയിലെ ആലത്തൂർമണ്ഡലമാണ് ആ ചരിത്രത്തിന് സാക്ഷ്യം വഹിച്ചത്. അന്ന് കെ കരുണാകരന്റെ ഡി ഐ സി കെ സ്ഥാനാർത്ഥിയായിരുന്ന എ രാഘവനായിരുന്നു ചന്ദ്രന്റെ എതിരാളി. 47, 671 വോട്ടുകളായിരുന്നു ചന്ദ്രന്റെ ഭൂരിപക്ഷം. വിജയികളിലെ രാജാവാണ് ചന്ദ്രൻ എങ്കിൽ ഭൂരിപക്ഷത്തിലെ ഇത്തിരിക്കുഞ്ഞൻ എ എ അസീസാണ്. 2001 ൽ കൊല്ലംജില്ലയിലെ ഇരവിപുരം മണ്ഡലത്തിൽ ഇടതുമുന്നണിയിലെ ആർ എസ് പി സ്ഥാനാർത്ഥി അസീസും മുസ്ലീം ലീഗിലെ ടി എ അഹമ്മദ് കബീറും തമ്മിലാണ് ഏറ്റുമുട്ടിയത്. അസീസ് അന്ന് കഷ്ടിച്ച് കടന്നുകൂടുകയായിരുന്നു. ആദ്യം വോട്ടെണ്ണിയപ്പോൾ 21 വോട്ടായിരുന്നു ഭൂരിപക്ഷം. പക്ഷേ, എതിർ സ്ഥാനാർത്ഥിയുടെ പരാതിയെത്തുടർന്ന് വോട്ട് വീണ്ടും എണ്ണിയപ്പോൾ ഭൂരിപക്ഷം അഞ്ചായി കുറഞ്ഞു.

ഉപതിരഞ്ഞെടുപ്പിൽ ഏറ്റവും കൂടുതൽ ഭൂരിപക്ഷം നേടിയത് സി പി ഐ (എം)ലെ പി ജയരാജനായിരുന്നു. 2005 ൽ കൂത്തുപറമ്പിൽ നടന്ന ഉപതിരഞ്ഞെടുപ്പിൽ കോൺഗ്രസിലെ കെ പ്രഭാകരനെ ജയരാജൻ തോല്പിച്ചത് 45,865 വോട്ടിനായിരുന്നു. ഉപതിരഞ്ഞെടുപ്പിലെ കുറഞ്ഞ ഭൂരിപക്ഷവും ഒരു ഇടതുമുന്നണി സ്ഥാനാർത്ഥിക്കാണ്. 2006 ൽ നടന്ന തിരുവമ്പാടി ഉപതിരഞ്ഞെടുപ്പിൽ സി പി ഐ (എം)ലെ ജോർജ് എം തോമസാണ് കഷ്ടിച്ചു രക്ഷപ്പെട്ടത്. മുസ്ലീം ലീഗിലെ വി എം ഉമ്മർ മാസ്റ്ററേക്കാൾ 246 വോട്ടാണ് അന്ന് അദ്ദേഹത്തിനു കൂടുതൽ നേടാനായത്.

കേരളത്തിൽ ഏറ്റവും കൂടുതൽ ഭൂരിപക്ഷം നേടിയ വനിത സി പി ഐ (എം)ലെ അയിഷാ പോറ്റിയാണ്. 2011 ലെ തിരഞ്ഞെടുപ്പിലാണ് അവർ പുതിയ ചരിത്രമെഴുതിയത്. കോൺഗ്രസിലെ അഡ്വ. സവിൻ സത്യനെ 42,632 വോട്ടുകൾക്കാണ് അയിഷ പരാജയപ്പെടുത്തിയത്. കേരളത്തിലെ മുഖ്യമന്ത്രിമാരിൽ ഏറ്റവും കൂടുതൽ ഭൂരിപക്ഷംനേടി വിജയിച്ച മുഖ്യമന്ത്രി പിണറായി വിജയനാണ്. 2016 ൽ മുഖ്യമന്ത്രിയായപ്പോൾ കണ്ണൂരിലെ ധർമ്മടം മണ്ഡലത്തിൽ 36,905 വോട്ടിനാണ് കോൺഗ്രസിലെ മമ്പറം ദിവാകരനെ അദ്ദേഹം പരാജയപ്പെടുത്തിയത്.

അച്ചനും അപ്പച്ചനും

ക്രിസ്ത്യാനികൾക്കിടയിൽ ദൈവം വിളിച്ച് വേലയ്ക്കിറക്കുന്നവരും ദൈവത്തെ വിളിച്ച് വേലയ്ക്കിറങ്ങുന്നവരുമുണ്ട്. ദൈവവിളികേട്ട് വൈദികനായ ശേഷം ദൈവത്തെ വിളിച്ച് വോട്ടുതേടിയിറങ്ങിയ വൈദികനാണ് ഫാ. മത്തായി നൂറനാൽ. 2001 ലെ നിയമസഭാതിരഞ്ഞെടുപ്പിൽ സി പി ഐ (എം) സുൽത്താൻബത്തേരിയിലെ സ്വതന്ത്ര സ്ഥാനാർത്ഥിയാക്കിയപ്പോഴാണ് ഓർത്തഡോക്സ്സഭാ വൈദികനായ അദ്ദേഹം ദൈവത്തിന്റെ വിളി ശരിക്കും കേട്ടത്. ആ വിളി വിശ്വസിച്ച് മത്തായിയച്ചൻ ഉടനെ ഇപ്രകാരം അരുളിച്ചെയ്തു - ഇതൊരു ദൈവവിളിയാണ്. ഞാൻ ബത്തേരി മണ്ഡലത്തിൽനിന്ന് വിജയിക്കുക തന്നെ ചെയ്യും. മുഖ്യ എതിരാളി കോൺഗ്രസ് ഐയിലെ എൻ ഡി അപ്പച്ചനായിരുന്നു.

താൻ പാതി ദൈവം പാതി എന്ന പ്രമാണത്തിൽ മുറുകെ പിടിച്ച അച്ചൻ ദൈവത്തോടും മനുഷ്യരോടും ഒരുപോലെ ജയിക്കാനുള്ള വോട്ടിനായി പ്രാർത്ഥിച്ചു. അരിവാൾ ചുറ്റിക നക്ഷത്രം ആലേഖനം ചെയ്ത കൊടികളുടെ നിറവിൽനിന്ന് അച്ചൻ ഈശോ മിശിഹാക്കു സ്തുതിയായിരിക്കട്ടെ എന്നു പറഞ്ഞപ്പോൾ വിശ്വാസികൾ തിരിച്ച് ഇപ്പോഴും എപ്പോഴും സ്തുതിയായിരിക്കട്ടെ എന്ന് പ്രതിവചിച്ചു. അച്ചന്റെ ദൈവവിളി തിരിച്ചറിഞ്ഞ ഇടതുമുന്നണിയിലെ ചില പ്രാദേശിക നേതാക്കൾ കുറച്ചുകൂടി കടത്തിപ്പറഞ്ഞു - ഇടതു മുന്നണി അധികാരത്തിലേറിയാൽ ദൈവവിളി പ്രകാരം മത്തായിയച്ചൻ ഒരു മന്ത്രിയായാൽപ്പോലും അത്ഭുതപ്പെടേണ്ടതില്ല.

എന്നാൽ ഒരു പള്ളീലച്ചൻ നിയമസഭയിൽ പ്രവേശിക്കുന്നതിലും എളുപ്പം ഒട്ടകം സൂചിക്കുഴയിലൂടെ പ്രവേശിക്കുന്നതാണെന്ന് ഫലം വന്നപ്പോൾ അച്ചന് മനസ്സിലായി. ദൈവം വിളിച്ച് വേലയ്ക്കിറങ്ങിയ അച്ചൻ തോറ്റു. ദൈവത്തെ വിളിച്ച് വേലയ്ക്കിറങ്ങിയ അപ്പച്ചൻ ജയിച്ചു. മണ്ഡ

ലത്തിൽ അന്നുവരെ ആരും സ്വന്തമാക്കാത്ത 23, 553 വോട്ടുകൾക്കായിരുന്നു അപ്പച്ചന്റെ വിജയം. മാത്രമല്ല അന്ന് തൊണ്ണൂറ്റൊൻപതു സീറ്റുകളോടെ ഐക്യ ജനാധിപത്യമുന്നണി അധികാരത്തിലെത്തുകയും ചെയ്തു.

സഭയിൽ മുഴങ്ങാത്ത മുരളീരവം

കേരളരാഷ്ട്രീയത്തിൽ ഇതിനകം തന്നെ അപൂർവ്വതകൾ ഒരുപാട് സൃഷ്ടിച്ച നേതാവാണ് കെ കരുണാകരന്റെ മകൻ കെ മുരളീധരൻ. മന്ത്രിയായിരിക്കെ ഉപതിരഞ്ഞെടുപ്പിൽ പരാജയപ്പെടുന്ന ആദ്യ നേതാവ്, നിയസഭാ സമ്മേളനത്തിൽ പങ്കെടുക്കാനാവാതെ രാജിവെക്കേണ്ടിവന്ന മന്ത്രി, രണ്ടു വർഷത്തിനിടയിൽ മൂന്നുപാർട്ടികളുടെ സംസ്ഥാനപ്രസിഡന്റായ വ്യക്തി തുടങ്ങി മറ്റാർക്കും അവകാശപ്പെടാനില്ലാത്ത പ്രത്യേകതകൾ മുരളീധരന് സ്വന്തം. ഐ, എ ഗ്രൂപ്പുരാഷ്ട്രീയത്തിന്റെ അതിപ്രസരത്തിനൊടുവിൽ 2004 ഫെബ്രുവരി 12 ന് എ കെ ആന്റണി മന്ത്രിസഭയിൽ വൈദ്യുതി മന്ത്രിയായി. ആ സമയം എം എൽ എ അല്ലാതിരുന്ന മുരളീധരൻ വടക്കാഞ്ചേരി ഉപതിരഞ്ഞെടുപ്പിൽ മത്സരിച്ചെങ്കിലും സി പി ഐ (എം) ലെ എ സി മൊയ്തീനോട് 3715 വോട്ടുകൾക്ക് പരാജയപ്പെട്ടു. അങ്ങനെ മന്ത്രിയായിരിക്കെ ഉപതിരഞ്ഞെടുപ്പിൽ പരാജയപ്പെടുന്ന ആദ്യ നേതാവായി മുരളീധരൻ. മന്ത്രിയായിരുന്ന കാലയളവിൽ നിയമസഭ ചേരാതിരുന്നതിനാൽ സഭാനടപടികളിൽ പങ്കെടുക്കാതെ അദ്ദേഹത്തിന് രാജിവെക്കേണ്ടിയും വന്നു. അതും അദ്ദേഹത്തിന്റെ മാത്രം ചരിത്രമായി.

കെ പി സി സി പ്രസിഡന്റായിരിക്കുമ്പോഴാണ് കെ മുരളീധരൻ രാജിവെച്ച് ആന്റണി മന്ത്രിസഭയിലെ അംഗമായത്. ഉപതിരഞ്ഞെടുപ്പിൽ തോറ്റതോടെ മന്ത്രിസ്ഥാനം നഷ്ടപ്പെട്ട കെ മുരളീധരൻ 2005 മെയ് ഒന്നിന് കെ കരുണാകരൻ രൂപവല്ക്കരിച്ച നാഷണൽ കോൺഗ്രസ് ഇന്ദിര എന്ന പാർട്ടിയുടെ സംസ്ഥാന പ്രസിഡന്റായി. പിന്നീട് ഡെമോക്രാറ്റിക്ക് ഇന്ദിരാ കോൺഗ്രസ് (കരുണാകരൻ) എന്നു പാർട്ടിയുടെ പേര് മാറ്റിയെ

ങ്കിലും അതിന്റെ പ്രസിഡന്റായി തുടർന്നു. ഒടുവിൽ ഇടതുമുന്നണി പ്രവേശം സ്വപ്നംകണ്ട് ഡി ഐ സി കെ, എൻ സി പിയിൽ ലയിച്ചപ്പോൾ മുരളീധരൻ അതിന്റെയും സംസ്ഥാനപ്രസിഡന്റായി.

സഭയുടെ അമ്മ
എല്ലാവരുടെയും കുഞ്ഞമ്മ

കെ ആർ ഗൗരിയമ്മ എന്ന വിപ്ലവനക്ഷത്രം, അരിവാൾ ചുറ്റിക നക്ഷത്രം നെഞ്ചേറ്റുന്നതിനുമുമ്പ് ഹൃദയത്തിലേറ്റിയ ഒന്നുണ്ട് - അത് ഭഗവാൻ ശ്രീകൃഷ്ണനെയായിരുന്നു. പഠിക്കുന്ന കാലത്തേ ഒപ്പം കൂട്ടിയ ശ്രീകൃഷ്ണ വിഗ്രഹം സി പി ഐ (എം) അംഗമായിരുന്ന നാളുകളിലും ഒപ്പമുണ്ടായിരുന്നു. അതിന് ഗൗരിയമ്മ താത്ത്വികമായ ഒരു അവലോകനവും നടത്തി - കൃഷ്ണൻ മറ്റു ദൈവങ്ങളെപ്പോലെയല്ല. മനുഷ്യനാണ്. സാധാരണക്കാരുടെകൂടെ ജീവിക്കുന്ന ഒരു മനുഷ്യൻ. കമ്യൂണിസ്റ്റുകളും അങ്ങനെതന്നെയെന്ന് വ്യംഗ്യം.

കേരളരാഷ്ട്രീയത്തിലും നിയമസഭാചരിത്രത്തിലും ഒരിക്കലും അടർത്തിമാറ്റാനാവാത്ത നിരവധി ഏടുകൾ തുന്നിച്ചേർത്ത വീരാംഗനയാണ് കളത്തിപ്പറമ്പിൽ രാമൻ ഗൗരിയെന്ന കെ ആർ ഗൗരിയമ്മ. അടുപ്പക്കാരുടെ അമ്മയും ആരാധകരുടെ കുഞ്ഞമ്മയും അനുയായികളുടെ സഖാവുമായ ഗൗരിയമ്മയാണ് കേരളത്തിൽ ഏറ്റവും കൂടുതൽ കാലം നിയമസഭാംഗവും മന്ത്രിയുമായ വനിത. ആനുകാലിക രാഷ്ട്രീയ സാഹചര്യത്തിൽ ഈ റെക്കോഡുകൾ തകർക്കപ്പെടുക എന്നതും അസാദ്ധ്യമാണ്. പത്തുതവണ നിയമസഭാംഗമായ അവർ അഞ്ചു മന്ത്രിസഭകളിലായി അനവധി വകുപ്പുകൾ കൈകാര്യം ചെയ്തു.

1948 ൽ തിരുവിതാകൂർ നിയമസഭയിലേക്കു നടന്ന തിരഞ്ഞെടുപ്പിലായിരുന്നു ആദ്യ മത്സരം. അന്ന് എല്ലാ കമ്യൂണിസ്റ്റു സ്ഥാനാർത്ഥികളും പരാജയപ്പെട്ട കൂട്ടത്തിൽ ഗൗരിയമ്മയും തോറ്റു. അതേസമയം തുടർന്ന് തിരുവിതാംകൂർ- കൊച്ചി നിയമസഭയിലേക്ക് 1952 ലും 1954 ലും വൻ ഭൂരിപക്ഷത്തോടെ തിരഞ്ഞെടുക്കപ്പെട്ടു. കേരളപ്പിറവിക്കുശേഷം 1957 ൽ നടന്ന ആദ്യ തിരഞ്ഞെടുപ്പിൽ ചേർത്തലയിൽ മത്സരിച്ച ഗൗരിയമ്മ കേരള

ത്തിന്റെ ആദ്യ വനിതാമന്ത്രിയായി. കേരളത്തിന്റെ സമൂല മാറ്റത്തിനു തുടക്കം കുറിച്ച ഭൂപരിഷ്കരണ ബിൽ അവതരിപ്പിച്ചുകൊണ്ട് ഏവരുടേയും ശ്രദ്ധാകേന്ദ്രമായി. ഇതേ മന്ത്രിസഭയിൽ അംഗമായിരുന്ന ടി വി തോമസുമായുള്ള വിവാഹം നടന്നതും ഇക്കാലത്താണ്.

1957 നുശേഷം 1960 ലും ചേർത്തലനിന്നും ജയിച്ച ഗൗരിയമ്മ 1965 മുതലാണ് ആലപ്പുഴ ജില്ലയിലെ തന്നെ അരൂർമണ്ഡലം തന്റെ തട്ടകമാക്കിയത്. 2001 വരെ അരൂരിന്റെ കുഞ്ഞമ്മയായി തുടർന്നു. ഇതിനിടയിൽ അടിയന്തരാവസ്ഥയ്ക്കുശേഷം നടന്ന 1977 ലെ തിരഞ്ഞെടുപ്പിൽ മാത്രമാണ് കുഞ്ഞമ്മയെ അരൂരുകാർ കൈവെടിഞ്ഞത്. അന്ന് സി പി ഐയിലെ പി എസ് ശ്രീനിവാസനായിരുന്നു വിജയം. കേരളത്തിൽ ഏറ്റവും കൂടുതൽകാലം മന്ത്രിയായ വനിതയും സഭയുടെ കണക്കിലെ മുത്തശ്ശി അംഗവും കെ ആർ ഗൗരിയമ്മ തന്നെ.

1994 ൽ സി പി ഐ (എം) ൽനിന്നു പുറത്താക്കപ്പെട്ടതിനുശേഷം ഗൗരിയമ്മ സ്വന്തം പാർട്ടിയായ ജനാധിപത്യ സംരക്ഷണ സമിതി എന്ന ജെ എസ് എസ് രൂപവല്ക്കരിച്ചു. തുടർന്ന് ഐക്യജനാധിപത്യമുന്നണിയുടെ ഭാഗമായ അവർ 1996 ലും 2001 ലും അരൂരിൽ വിജയം കണ്ടു. എന്നാൽ 2006 സി പി ഐ (എം)ലെ എ എം ആരിഫിനോട് പരാജയപ്പെട്ടതോടെ 2011 ൽ ആദ്യമണ്ഡലമായ ചേർത്തലയിൽ തിരിച്ചെത്തിയെങ്കിലും സി പി ഐ സ്ഥാനാർത്ഥി പി തിലോത്തമനായിരുന്നു ജയം. അതോടെ ഐക്യ ജനാധിപത്യമുന്നണിയുമായി പിണങ്ങിയ ഗൗരിയമ്മ പഴയ സഖാക്കളുമായി ചങ്ങാത്തം കൂടി. ഇതിന്റെ പേരിൽ ജെ എസ് എസും പലതായി പിളർന്നു. എന്നാൽ, കേരളാകോൺഗ്രസുപോലെ ജനാധിപത്യ സംരക്ഷണ സമിതി പിളരുന്തോറും വളർന്നില്ല. ഒടുവിൽ എത്ര ജെ എസ് എസ് ഉണ്ടെന്ന് ഗൗരിയമ്മയ്ക്കു പോലും അറിയില്ല. എന്നതാണ് സത്യം.

ക്ഷീരപുരിയുടെ നാകസുകൃതം

പാലാപ്പട്ടണ പൗരനായ് വിരുതനാം
വക്കീലുമായ് നാടിനെ
താലോലിച്ചു ജനാധിപത്യ സചിവ-
പ്പട്ടം വരേയ്ക്കെത്തിയോൻ
കാൽ നൂറ്റാണ്ടു ജനപ്രിയ പ്രതിനിധി
സ്ഥാനം തികയ്ക്കും മഹാൻ
കെ എം മാണി മുഴക്കി ജൈത്രപടഹം
നിദ്രാകർണ്ണങ്ങളിൽ.

കെ എം മാണി നിയമസഭാപ്രവേശനത്തിന്റെ ഇരുപത്തഞ്ചാം വർഷം ആഘോഷിച്ചപ്പോൾ മഹാകവി പാലാ നാരായണൻനായർ എഴുതിയ 'ക്ഷീരപുരിക്ക് നാകസുകൃതം' എന്ന കവിതയിലെ വരികളാണിത്. വിജയ വിഭവനാവട്ടെ മാണി പ്രമാണി എന്ന് ആശംസിച്ചുകൊണ്ടാണ് കവിത അവസാനിക്കുന്നത്. മഹാകവിയുടെ മനസ്സിൽനിന്നുള്ള പ്രാർത്ഥന ഫലിച്ചു എന്നു കരുതാം.

കേരളരാഷ്ട്രീയത്തിലെ സച്ചിൻ തെണ്ടുൽക്കറാണ് കരിങ്ങോഴയ്ക്കൽ മാണി മാണി എന്ന കെ എം മാണി. രാഷ്ട്രീയക്കാരുടെയെല്ലാം മാണി സാറും പാലാക്കാരുടെ കുഞ്ഞുമാണിയുമായ കെ എം മാണി ഇനി എത്ര ശ്രമിച്ചാലും മറ്റാർക്കും തകർക്കാനാവാത്ത നിരവധി റെക്കോഡുകളാണ് എഴുതിച്ചേർത്തിട്ടുള്ളത് 1965 ലെ നിയമസഭാ തിരഞ്ഞെടുപ്പു മുതൽ പാലായിൽനിന്ന് തുടർച്ചയായി 13 തവണ ജയിക്കുകയെന്ന അത്യപൂർവ്വ ബഹുമതി സ്വന്തമാക്കിയ ആൾ. 1965 ൽ നിയമസഭ ചേരാത്തതിനാൽ 1967 മാർച്ച് 15 ന് എം എൽ എയായി സത്യപ്രതിജ്ഞ ചെയ്തതു മുതൽ കണക്കാക്കിയാൽ നിയമസഭാംഗമായിട്ട് അൻപതു വർഷം പിന്നിട്ടിരിക്കുന്നു. നിയമസഭയിൽ ഹാഫ് സെഞ്ചറി തികച്ച ഏക അംഗം.

14-ാം നിയമസഭയുടെ കാലാവധി അവസാനിക്കുമ്പോൾ അത് അൻപത്തിനാല് വർഷമാകും.

കേരളത്തിൽ ഏറ്റവും കൂടുതൽ കാലം മന്ത്രിയായ നേതാവും മാണിയാണ്. 12 മന്ത്രിസഭകളിൽ അംഗമായ മാണി ഇരുപത്തിമൂന്നു വർഷം മന്ത്രിപദവിയിലിരുന്നു. 13 തവണ ബജറ്റ് അവതരിപ്പിച്ചുകൊണ്ട് ഏറ്റവും കൂടുതൽ തവണ ബജറ്റ് അവതരിപ്പിച്ചതിന്റെ റെക്കോഡും സമ്പാദിച്ചു. സംസ്ഥാനത്തെ ഏറ്റവും ചെറിയ ബജറ്റ് അവതരിപ്പിച്ച ധനമന്ത്രി എന്ന പ്രത്യേകതയും മാണിക്കവകാശപ്പെട്ടതാണ്. കേരള നിയമസഭ ഇതേവരെ കാണാത്ത നാടകീയരംഗങ്ങൾക്കിടയിൽ 2015 മാർച്ച് 13 ന് മാണി അവതരിപ്പിച്ച ബജറ്റ് കേവലം ആറുമിനിട്ട് മാത്രമായിരുന്നു. ഈ ബജറ്റവതരണത്തിനുശേഷം ഭരണകക്ഷി അംഗങ്ങൾ സഭയ്ക്കുള്ളിൽ നടത്തിയ ലഡുവിതരണവും ചരിത്രത്തിന്റെ ഭാഗമായി.

ബജറ്റ് അവതരണത്തിന്റെ സമയദൈർഘ്യത്തിന്റെ കാര്യത്തിൽ

രണ്ടാം സ്ഥാനക്കാരനും മാണിയാണ്. 2013 ലെ ബജറ്റ് അദ്ദേഹം അവതരിപ്പിച്ചത് രണ്ടു മണിക്കൂർ അൻപത് മിനിട്ട് എടുത്താണ്. ഈ റെക്കോഡ് 2016 ലെ ബജറ്റ് അവതരിപ്പിച്ചുകൊണ്ട് ഉമ്മൻ ചാണ്ടിയാണ് മറികടന്നത്. അന്ന് ഉമ്മൻ ചാണ്ടി രണ്ടു മണിക്കൂർ 54 മിനിട്ടെടുത്താണ് ബജറ്റവതരണം പൂർത്തിയാക്കിയത്.

9 789386 637727

Printed by Libri Plureos GmbH in Hamburg,
Germany